தமிழக நாட்டுப்புறக் கலைகளும் வரலாறும்

முனைவர் ப. பாலசுப்பிரமணியன்
MA., MCA., MBA., ML ISC. MPhil., Ph.D
பல்கலைக் கழக நூலகர்,
மனோன்மணியம் சுந்தரனார் பல்கலைக் கழகம்,
திருநெல்வேலி - 627012.

அழகு பதிப்பகம்

15 / 21, டீச்சர்ஸ் கில்டு காலனி, 2-வது தெரு,
இராஜாஜி நகர் விரிவு,
வில்லிவாக்கம், சென்னை - 600 049.
தொலைபேசி: 044-26502086, 9444191256
email: shankar_pathippagam@yahoo.com
wef: www shankarpathippagam.in & www bookthagam.com

நூல் விவரப் பட்டியல்

நூலின் பெயர்
தமிழக நாட்டுப்புறக் கலைகளும் வரலாறும்

உரிமை
பதிப்பகத்தார்க்கு

நூலாசிரியர்
முனைவர் ப. பாலசுப்பிரமணியன்

நூல் அளவு
டெம்மி

பதிப்பு ஆண்டு- 2022

ISBN.NO: 978-93-94811-03-4

பக்கங்கள்
184

விலை
ரூ200/-

வெளியீடு
அழகு பதிப்பகம்
15/21, டீச்சர்ஸ் கில்டு காலனி,
2-வது தெரு, இராஜாஜி நகர் விரிவு,
வில்லிவாக்கம், சென்னை - 600 049.
தொலைபேசி: 044 - 2650 2086

வடிவமைப்பு & மேலட்டை
பழனி, வில்லிவாக்கம்.
தொலைபேசி : 8667041889

அச்சிட்டோர்
எம்.கே.கிராபிக்ஸ், சென்னை - 600 021.
தொலைபேசி : 98408 28213

ஆசிரியர் உரை

கலை என்பது வெறும் பொழுதுபோக்கிற்காக மட்டும் அல்லாமல் கலாச்சாரத்தைப் பிரதிபலிக்கும் தகவல் ஊடகமாகவும் திகழ்கின்றது.

கலை மற்றும் கலாச்சாரம் ஒரு நாட்டில் உள்ள சமூகத்தின் பண்புகளைப் பிரதிபலிக்கும் சிறந்த கருவியாகும். நாட்டுப்புறக் கலைகள் நமது மண்ணோடு, நம்மோடு தொடர்புடையவை. நமது பாரம்பரியத்தையும் அடி ஆழத்து வேர்களையும் பிரதிபலிப்பவை. கலை, சமூக வளர்ச்சிக்கும், மன எழுச்சிக்கும் சிறந்த கருவியாகும். இக்கிராமியக் கலைகளே, தகவல் பரப்பும் ஊடகமாகவும் பழக்க வழக்கப் பண்பாட்டுப் பெட்டகமாகவும் திகழ்ந்துள்ளன.

மக்களின் வாழ்வியல் மரபிலிருந்து உருவாகி வளர்ந்ததே நாட்டுப்புறக்கலைகள். இவை, நம் தொன்மையான பாரம்பரியத்தின் அடையாளங்களாக இன்றைக்கும் தொடர்கின்றன.

நமது முன்னோர்களின் நம்பிக்கைகள், எண்ணங்கள், சிந்தனைகள், பழக்க வழக்கங்கள் ஆகியவற்றை நாட்டுப்புறக் கலைகள் மூலமாக அறிய முடிகிறது. இக்கலைகளே சமுதாயத்தின் ஆவணமாகத் திகழ்கின்றன. கரகாட்டம், காவடியாட்டம், தப்பாட்டம், ஒயிலாட்டம், மாட்டாட்டம், மயிலாட்டம், பொய்க்கால் குதிரையாட்டம், பொம்மலாட்டம், தோல் பாவைக்கூத்து, தெருக்கூத்து, கணியான்கூத்து என, 100க்கும் மேற்பட்ட கலைகள் இன்றைக்கும் மக்களால் பார்த்து ரசிக்கப்பட்டு வருகின்றன. நம் முன்னோர்களின் வாழ்க்கையில், அவர்கள் பெற்ற அனுபவங்களின் கலவையாகச் சில கலைகள் இன்றும் தொடர்கின்றன. அவை பொழுதுபோக்கிற்காக மட்டுமன்றி மன வளர்ச்சிக்கும் உடல் வளர்ச்சிக்கும் வளம் சேர்ப்பனவாகும்.

இன்று தொழில் நுட்பத்தின் அசுர வளர்ச்சியான தகவல் தொடர்பிற்கும் பொழுது போக்கிற்கும் பல்வேறு ஊடகங்கள் உருவாகி வருகின்றன.

நம்முடைய பாரம்பரியத் தன்மைகளை இழந்துவிடாமல் பாதுகாத்துக் கொள்ளும் கடமையும், பொறுப்பும் அவசியமும் நமக்கு இருக்கிறது.

தொழில் நுட்பத்தில், வளர்ச்சி அடைந்த நாடுகளும், அதிநவீன நாகரிகத்தோடு தன்னை அடையாளப்படுத்திக் கொண்டுள்ள நாடுகளும்கூட, தங்களுடைய பாரம்பரியக் கலைகளைப் புறக்கணித்துவிடவில்லை. தங்களுடைய எல்லா வளர்ச்சிக்கும் அதனையே ஆதாரமாகக் கொண்டுள்ளன. கலை மற்றும் கலாச்சாரம் என்பது ஒரு சமூகத்தின் அடையாளம். இதைப் பேணிக் காப்பது அச்சமூகத்தின் கடமை. கலையை ரசிப்பதுபோல கலைஞர்களின் வாழ்வை ரசிக்க முடியாது, நலிவடைந்த கலைஞர்களின் வாழ்க்கையை உயர்த்த வேண்டும். தமிழர்களின் நாடித் துடிப்பாக நாட்டுப்புறக் கலைகள் விளங்கி வந்தன.

ஆனால் இப்பொழுது அவை மெல்ல மெல்ல அழிந்து வருகின்றன. கலைகள் மறைந்து போனாலும் மண்ணின் அடையாளங்களாக என்றும் அவை போற்றப்படுகின்றவை. கிராமத்தில் கோயில் திருவிழா என்றால் கரகாட்டம், காவடியாட்டம், பொய்க்கால் குதிரை ஆட்டம் என்று கிராமிய நடன நிகழ்ச்சிகளுடன், சினிமா ஆடல், பாடல் நிகழ்ச்சிகளும் முக்கிய இடத்தைப் பிடித்து வருகின்றன.

தெருக்கூத்து, தோற்பாவை நிழற்கூத்து, பொய்க்கால் குதிரை ஆட்டம் போன்ற தமிழ்நாட்டு நாட்டாற்கலை வடிவங்கள் நிகழ்கலைகளாக விளங்குகின்றன.

சமீப காலங்களில் நாட்டுப்புறக் கலைகள் பரவலாக நலிந்து வருகின்றன. கலைகளையும், கலைஞர்களையும் அழிவிலிருந்து மீட்க வேண்டியது நம் கட்டாயக் கடமைகளில் ஒன்று.

இளைஞர்கள் குறும்படங்களை இயக்குவது அதிகமாகி வருகிறது. அத்தகைய இளைஞர்கள் நாட்டுப்புறக் கலைஞர்களுடன் இணைந்து குறும்படங்களையும் ஆவணப்படங்களையும் எடுக்க முன்வரவேண்டும். அந்தக் கடமையை நிறைவேற்றும் விதமாக நாட்டுப்புறக் கலைகளைப் பற்றிய இந்நூலை வெளியிடுவதில் மகிழ்ச்சி அடைகிறேன்.

இந்த நூலை அழகுற அச்சிட்டு வெளியிட்ட அழகு பதிப்பக உரிமையாளர் கோமதிநாயகம் அவர்களுக்கும், உடனுதவிய ஆய்வு மாணவர் அன்புத்தம்பி அ.பாலாஜி அவர்களுக்கும் நன்றிகளைத் தெரிவித்துக்கொள்கிறேன்

முனைவர். ப.பாலசுப்பிரமணியன்

பொருளடக்கம்

1

கலை

ஒரு நாட்டின் கலை மற்றும் கலாச்சாரம் அச்சமுகத்தினைப் பிரதிபலிக்கும் சிறந்த கருவி ஆகும். கலை என்பது பொழுதுபோக்கிற்காக மட்டுமின்றி தகவல் ஊடகமாகவும் திகழ்கின்றது. கலை என்பது மன உணர்வுகளின் வெளிப்பாடு. குறிப்பாக நாட்டுப்புற கலைகள் நமது மண்ணோடும், நம்மோடும் தொடர்புடையது. நமது பாரம்பரியத்தையும் அடி ஆழத்து வேர்களையும் பிரதிபலிப்பவை கலை.

நமது முன்னோர்களின் நம்பிக்கைகள் எண்ணங்கள் சிந்தனைகள் பழக்க வழக்கங்கள் ஆகியவற்றை நாட்டுப்புறக் கலைகள் மூலம் அறிய முடிகிறது. இக்கலைகளே சமுதாயத்தின் ஆவணமாகத் திகழ்கின்றது. இக்கிராமியக் கலைகள் தகவல் பரப்பும் ஊடகமாகவும் பழக்க வழக்கப் பண்பாட்டு வட்டமாகவும் திகழ்கிறது.

கலைகளைப் பொறுத்தவரை மொழி, இன வேறுபாடுகளுமின்றி ரசிக்கக்கூடியதும் மன உணர்வுகளை வெளிப்படுத்தக்கூடியதுமே கலையின் பொதுவான இயல்பு என டாக்டர். ராதாகிருஷ்ணர் கூறுகின்றார்.

பழங்காலத்தில் ஆயகலைகள் அறுபத்தி நான்கு என பிரதானக் கலைகளைக் கூறினாலும், காலத்தின் தேவைகேற்ப நிறைய கலைகள் தோன்றின. இன்று நூற்றுக்கு மேற்பட்ட கலைகள் கிராமியக் கலைகளை வகைப்படுத்துகிறது.

“கலைகள் பண்பாட்டு ரீதியாக மனிதனை வளப்படுத்துபவை”. ஏனெனில், ஒவ்வொரு காலங்களிலும்

கலைகளின் தேவைகள் நன்கு உணரப்பட்டுள்ள தேவைகளுக்கு ஏற்றாற்போல், கலைஞர்கள் கலைகளைப் படைக்கின்றனர். இதனாலே ஒவ்வோர் கலைகளையும் நாம் எடுத்து நோக்கினால், அந்தக் கலைகளின் இயல்புகள் அன்றைய காலவோட்டத்தின் தன்மையினையும், மக்களின் பண்பாட்டியல் முறைமைகளையும் நன்கு தெளிவுபடுத்தக்கூடியதாக அமைகின்றது.

ஓர் படைப்பாளியைப் பொறுத்தவரையில் அதாவது, கலைதனைப் பொறுத்தவரையில் எப்பொழுதும் அவருடைய மன நிலையினை வெளிப்படுத்தக்கூடியவாறே கலைப் படைப்புக்கள் காணப்படும்.

கலை என்பது மனித மனங்களிலுள்ள பல்வேறுபட்ட உணர்வுகளைப் பரிமாறிக்கொள்வதற்கு ஏற்ற காரணியாக அமைகின்றது. பெரும்பாலான கலைஞர்கள் தமது மனங்களில் ஏற்படுகின்ற பாதிப்புக்களைக் குறைத்துக் கொள்வதற்காகக் கவிதை, பாட்டு, நடனம், ஓவியம் என்று பல்வேறுபட்ட சிறப்பாற்றல்களைக் கலையின் ஊடாக வெளிப்படுத்துகின்றனர்.

ஒவ்வொரு மனிதனும் மனச்சுமையால் கட்டுண்டு கிடக்கின்றான். கலையானது மனச்சுமைகளைக் குறைப்பதற்கு ஏற்ற களமாக அமைகின்றது.

ஒரு கலைஞன் தனது உள்ளுணர்வை, தான் தன் மனக்கண்ணில் காணும் காட்சியை மற்றவரும் பார்க்கச் செய்யும் வழிமுறைக் கலை. கலைஞன் தனது உள்ளுணர்வை வெளிக்கொணரும் கருவி தன் மனச் சுதந்திரத்தை, தனது ரசிகர்களுடன் தன் எண்ண அலைகளைப் பகிர்ந்து கொள்ளும் வடிவம் தான் கலை.

மனிதனின் இயற்கையாக வாழ்வில் தோன்றி விதிமுறை வகுப்பின்றி எளிமையாக வளர்ந்து உண்மையான உணர்ச்சிகளின் உறைவிடமாகப் பாமர மக்களைக் கவர்ந்து களிப்படையச் செய்யும் இனிய கலைகளையே நாட்டுப்புறக் கலை என்கிறோம். கவிஞனுக்கு மரங்கள் ஒலிக்கும், ஓடைகளில்

நூல்கள் மிதக்கும், கற்பனைகளில் காவியங்கள் தெறிக்கும், யாவற்றிலும் நலன்கள் பிறக்கும் என்பது ஆங்கிலக் கவிஞர் சேக்ஸ்பியரின் வாக்கு. சாதாரண மக்களது ஆசாபாசங்கள், இன்ப துன்பங்கள், எழுச்சி, வீழ்ச்சிகள், ஆரவாரங்கள், அவதிகள், ஏக்கம், எக்காளம், வேதனை, விரக்தி, மருட்சி, மகிழ்ச்சி, வெறுப்பு, வேட்கை ஆகிய பலப்பல உணர்ச்சிகளை சிந்தனைக்குச் சுவைக்க சுவைக்க மகிழ்ச்சியூட்டும் கலைகளே நாட்டுப்புறக் கலைகள்.

இந்திய நாட்டுப்புறக் கலைகளில் தமிழக நாட்டுப்புறக் கலைகள் பல்வேறு வகைகளில் சிறப்பும் தனித்தன்மையும் கொண்டவை. இவைகளை நிகழ்த்துக் கலைகள் (Preforming Arts), நிகழ்த்தாதக் கலைகள் (Non-Performing Arts), பொருட்கலை (material Arts) என நாட்டுப்புறவியல் வல்லுனர்கள் வகைப்படுத்தியுள்ளனர்.

ஆடல், பாடல் கலைகள் பொழுது போக்கிற்கு மட்டும் பயன்படவில்லை. முற்காலத்தில் இவை செய்தி ஊடகங்களாகவே பார்க்கப்பட்டது. நாடகங்களிலும் பொம்மலாட்டங்களிலும், வில்லுப் பாடல்களிலும், குறவன் குறத்தி ஆட்டம் மற்றும் கரகாட்டங்களில் மக்களுக்குத் தேவையான கருத்துக்கள் பரப்பப்பட்டன.

நம் முன்னோர்கள் என்று சொல்லப்படுபவர்கள் யார் யார்? அவர்கள் வைத்திருந்த நம்பிக்கைகள் மற்றும் அவற்றைச் சுற்றி இருந்த கட்டுக்கதைகள், அவர்களின் பழக்க வழக்கங்கள், கடைப்பிடித்த சம்பிரதாயங்கள் என்று பல தகவல்களை இந்த நாட்டுப்புறக் கலைகள் மூலம் அறியமுடிகிறது. இக்கலைகளே சமுதாயத்தின் ஆவணமாகத் திகழ்கிறது. என்னதான் நாம் காலங்களைக் கடந்து தொழில்நுட்ப வளர்ச்சிகளைப் பெற்றிருந்தாலும், நம் சமூகத்தின் வேர் என்ன என்பதை மறந்திடக்கூடாது.

கலை, சமூக வளர்ச்சிக்கும், மன எழுச்சிக்கும் ஒரு கருவியாகப் பயன்பட்டது. நம் மொழியியல் சார்ந்த கலைகள் என்றால், நமக்குத் தெரிந்ததை விரல் விட்டு எண்ணிவிடலாம். ஆனால், உண்மையில் இந்தப் பட்டியல் நீண்டுகொண்டே போகிறது. அந்தப் பட்டியலில் உள்ள கலைகளையும், அவை வளர்ந்த பாதையையும் பார்க்கலாம்.

நாட்டுப்புறக் கலைகள் வகைப்பாடு நாட்டுப்புற வழக்காறுகளில் நாட்டுப்புற இலக்கியம் தவிர்த்த மற்ற அனைத்து வழக்காறுகளையும் நாட்டுப்புறக் கலைகளுக்குள் அடக்கமாகும். அந்த அடிப்படையில் நாட்டுப்புறக் கலைகளை மூன்று வகைகளாகப் பிரிக்கின்றனர். 1) நாட்டுப்புறப் பழக்கங்கள் (Folk Practices) 2) நாட்டுப்புறக் கலைகள் (Folk Arts) 3) நாட்டுப்புற அறிவியல் மற்றும் தொழில் நுட்பம் (Folk Science) இதில் நாட்டுப்புறப் பழக்கங்கள் அடங்கும். நாட்டுப்புறக் கலைகள் நாட்டுப்புற மக்களின் கலைகளை இரண்டு பிரிவாகப் பிரிக்கலாம். அவை, 1) நிகழ்த்து கலைகள் (Performing Arts) 2) நிகழ்த்தாக் கலைகள் (Non - Performing Arts) நிகழ்த்து கலைகள் நிகழ்த்து கலைகளை மேலும் இரண்டாகப் பிரித்து, 1) சமூகச் சார்புக் கலைகள் 2) சமயச் சார்புக் கலைகள் எனலாம்.

○○○

2

நாட்டுப்புறக் கலைகள்

ஒரு நாட்டின் கலை மற்றும் கலாச்சாரம் அச்சமூகத்தினைப் பிரதிபலிக்கும் சிறந்த கருவியாகும். கலை என்பது பொழுது போக்கிற்காக மட்டுமின்றித் தகவல் ஊடகமாகவும், கலாச்சாரப் பாலமாகவும் திகழ்கின்றது. கலை என்பது மன உணர்வுகளின் வெளிப்பாடு. குறிப்பாக நாட்டுப்புறக் கலைகள் நமது மண்ணோடு, நம்மோடு தொடர்புடையவை. நமது பாரம்பரியத்தையும் அடி ஆழத்து வேர்களையும் பிரதிபலிப்பவை. கலை, சமூக வளர்ச்சிக்கும், மன எழுச்சிக்கும் சிறந்த கருவிபதிவு.

நமது முன்னோர்களின் நம்பிக்கைகள், எண்ணங்கள், சிந்தனைகள், பழக்க வழக்கங்கள் ஆகியவற்றை நாட்டுப்புறக் கலைகள் மூலம் அறியமுடிகிறது. இக்கலைகளே சமுதாயத்தின் ஆவணமாகத் திகழ்கின்றன. இக்கிராமியக் கலைகளே, தகவல் பரப்பும் ஊடகமாகவும் பழக்க வழக்கப் பண்பாட்டுப் பெட்டகமாகவும் திகழ்ந்துள்ளன.

இன்று தொழில் நுட்பத்தின் அசுர வளர்ச்சியான தகவல் தொடர்பிற்கும் பொழுது போக்கிற்கும் பல்வேறு ஊடகங்கள் உருவாகி வருகின்றன. இம்மாறுதல் இயற்கையானதே.

நமது இந்தியக் கிராமங்கள் ஒவ்வொன்றும் சுமார் முந்நூறு ஆண்டுகளுக்கு மேலான வரலாற்றினைக் கொண்டுள்ளன. இவை தனக்கே உரித்தான தனித் தன்மைகளையும் சிறப்புகளையும் கொண்டவை. வாழ்ந்து பெற்ற அனுபவங்களின் கலவையாகச் சில கலைகளை கிராமங்கள் நமக்கு அளித்துள்ளன. அவை

பொழுதுபோக்கிற்காக மட்டுமன்றி மன வளர்ச்சிக்கும் உடல் வளர்ச்சிக்கும் வளம் சேர்ப்பனவாகும். ஒருங்கிணைந்த சமூக முன்னேற்றத்திற்கு உரம் சேர்ப்பதாகவும் அமைந்திருப்பதனை அறியமுடிகிறது.

இரண்டாயிரத்து ஐந்நூறு ஆண்டுகளுக்கும் மேல் பழைமை வாய்ந்த இலக்கிய மரபைக் கொண்டது நம் தமிழ் மொழி. இந்தியாவில் கிடைத்துள்ள ஏறத்தாழ 1,00,000 கல்வெட்டு, தொல்லெழுத்துப் பதிவுகளில் 60,000த்திற்கும் அதிகமானவை தமிழகத்தில் கிடைத்திருக்கின்றனவாம். இவற்றில் ஏறத்தாழ 95 விழுக்காடு தமிழில் உள்ளன.

இந்திய நாட்டுப்புறக் கலைகளில் தமிழக நாட்டுப்புறக் கலைகள் பல்வேறு வகைகளில் சிறப்பும் தனித்தன்மையும் கொண்டவை. இவைகளை

நிகழ்த்துக் கலைகள் (Preforming Arts)

நிகழ்த்தாத கலைகள் (Non-Performing Arts)

பொருட்கலைகள் (material Arts)

என நாட்டுப்புறவியல் வல்லுனர்கள் வகைப்படுத்தி யுள்ளனர்.

பொதுவாக தமிழக நாட்டுப்புறக் கலைகள்:

1. ஒயிலாட்டம் 2. ஆலியாட்டம் 3. கோலாட்டம் 4. கரகாட்டம் 5. காவடி ஆட்டம் 6. கும்மி 7. வில்லுப்பாட்டு 8. தெருக் கூத்து 9. பாவைக் கூத்து (பொம்மலாட்டம்) 10. கணியான் ஆட்டம், 11. வர்மம் 12. சிலம்பாட்டம். 13. களரி 14. தேவராட்டம் 15. சக்கையாட்டம் 16. பொய்க்கால் குதிரை ஆட்டம் 17. மயிலாட்டம் 18. உறியடி விளையாட்டு (கண்ணன் விளையாட்டு) 19. தப்பாட்டம் 20. உடுக்கடிப்பாட்டு 21. இலாவணி 22. கைச்சிலம்பாட்டம் 23. குறவன் குறத்தியாட்டம் 24. துடும்பாட்டம் 25. புலி ஆட்டம் 26. பொம்மைக் கலைகள் 27. மண்பாண்டக் கலை 28. கோலக் கலை

இதுபோன்று ஒவ்வொரு பகுதியிலும் ஒவ்வொரு விதமான கலைகள் உள்ளன. இந்தக்கலைகள் வெளியே தெரியாமல்

உள்ளன. மேலும் நாடகம், வீதி நாடகம், இசை நாடகம், நாட்டிய நாடகம், பரதநாட்டியம், இசைச் சிற்பம் போன்ற பல கலை நிகழ்ச்சிகளும் நடைபெற்று வருகின்றன.

ஒவ்வொரு பகுதியிலும் ஒவ்வொரு விதமான கலைகள் இருந்தன. இந்தக் கலைகள் பற்றிய செய்திகள் பதிவு செய்யப் பெறாமையால் கால வெள்ளத்தில் பல கலைகள் காணாமல் போய்விட்டன.

கிராமங்களில் வீதிநாடகம், இசைநாடகம், நாட்டிய நாடகம், பரதநாட்டியம், இசைச்சிற்பம் போன்றவை கோவில் திருவிழா, ஊர்த் திருவிழாக்களில் நடைபெற்றன. காலப்போக்கில் இவை மறைந்து திரைப்படங்களை ஊரின் பொதுவெளியில் காட்டுவது என ஆரம்பித்து இப்போது சினிமா திரைஇசைப்பாடல் கச்சேரி எனக் காலம் தோறும் மாற்றம் பெற்றது. இதன் விளைவாக பாரம்பரியக் கலைகள் கொஞ்சம் கொஞ்சமாக அழிந்துவிட்டன. இன்றைய மக்களில் பலருக்கு நம் பாரம்பரிய நாட்டுப்புறக்கலைகளின் பெயர்களே புதுமையாகத் தெரியும் வகையில் உள்ளது.

நம் தமிழ்நாட்டுக் கிராமங்களின் உயிர்நாடி நாட்டுப்புறக்கலைகள். இந்தப் பாரம்பரியக் கலைகள் பேணிப் பாதுகாக்கப்பட வேண்டியது அவசியம். ஆனால் இவை இப்போது வலுவிழந்து கொண்டிருப்பது மிகுந்த வேதனை தரக்கூடியதாயுள்ளது. இக்கலைகள் பற்றிய விழிப்புணர்வை இளைஞர்கள் மத்தியில் கொண்டு செல்ல வேண்டியது அவசியம்.

நாட்டுப்புற ஆட்டங்கள் கிராம மக்கள் தங்களின் உழைப்பின் களைப்பிலிருந்து மீண்டு உற்சாகம் பெற உதவியது. மக்களின் இன்ப துன்பங்களைச் சொல்வதே கிராமியக்கலைகள். சங்க காலப் பண்பாட்டைப் புலப்படுத்தும் கருவியாக கிராமியக் கலைகள் விளங்கின. சிலப்பதிகாரம் போன்ற இலக்கியங்கள் குறிப்பிடும் கிராமிய நடனங்கள் தமிழகக் கிராமங்களில் பரவலாகக் காணப்பட்டது. கால ஓட்டதில் அவை மெல்ல மெல்ல மறைந்து விட்டன.

தமிழக நாட்டுப்புற கலைகளில் நிகழ்த்து கலைகள் பற்றிக் காணலாம்.

சிலம்பம், வர்மம், சிலம்பாட்டம், களரி, பொம்மைக் கலைகள், மண்பாண்டக் கலை, கோலக் கலை, பட்டிமன்றம் என பல கலைகளாகவும்,

ஆட்டங்கள்

ஒயிலாட்டம், ஆலியாட்டம், கோலாட்டம், கரகாட்டம், காவடி ஆட்டம், கும்மி, வில்லுப்பாட்டு, தெருக் கூத்து, பாவைக் கூத்து (பொம்மலாட்டம்), கணியான் ஆட்டம், தேவராட்டம், சக்கையாட்டம், பொய்க்கால் குதிரை ஆட்டம், மயிலாட்டம், உறியடி விளையாட்டு (கண்ணன் விளையாட்டு) தப்பாட்டம், உக்கடிப்பாட்டு, இலாவணி, கைச்சிலம்பாட்டம், குறவன் குறத்தியாட்டம், துடும்பாட்டம், புலி ஆட்டம், கும்மி, மயிலாட்டம், காவடியாட்டம், தெருக்கூத்து, பாம்பாட்டம், உருமி ஆட்டம், பறை ஆட்டம், மாடு ஆட்டம், உறியடி ஆட்டம், கொல்லிக் கட்டை ஆட்டம், சிலம்பாட்டம், காளியாட்டம், சேவையாட்டம் எனப் பல ஆட்டமாகவும்,

கூத்துக்கள்

சாந்திக் கூத்து, சாக்கம், மெய்க் கூத்து, அபிநயக் கூத்து, நாட்டுக்கூத்து, விநோதக் கூத்து, குரவைக் கூத்து, கலிநடனம் என்னும் 'கழாய்க் கூத்து', கரகம் என்னும் 'குடக் கூத்து', பாய்ந்தாடும் 'கரணம்', 'நோக்கு', 'பார்வைக் கூத்து', நகைச்சுவை கொண்ட 'வசைக் கூத்து' 'சாமியாட்டம்' அல்லது 'வெறியாட்டு', பொம்மலாட்டம் எனப் பல கூத்துக்களையும் கொண்டது நாட்டுப்புறக்கலைகள்.

ஒரு நாட்டின் கலை மற்றும் கலாச்சாரம் அச்சமூகத்தினைப் பிரதிபலிக்கும் சிறந்த கருவியாகும்.

கலை என்பது பொழுது போக்கிற்காக மட்டுமின்றித் தகவல் ஊடகமாகவும், கலாச்சாரப் பலகணியாகவும் திகழ்கின்றது. கலை என்பது மன உணர்வுகளின் வெளிப்பாடு. குறிப்பாக நாடகக் கலைகள் நமது மண்ணோடும்,

நம்மோடும் தொடர்புடையவை. நமது பாரம்பரியத்தையும் அடி ஆழத்து வேர்களையும் பிரதிபலிப்பவை. கலை, சமூக வளர்ச்சிக்கும், மனஎழுச்சிக்கும் சிறந்த கருவி.

நமது முன்னோர்களின் நம்பிக்கைகள், எண்ணங்கள், சிந்தனைகள், பழக்க வழக்கங்கள், ஆகியவற்றை நாட்டுப்புறக் கலைகள் மூலம் அறிய முடிகிறது. இக்கலைகளே சமுதாயத்தின்ஆவணமாகத் திகழ்கின்றன. இக்கிராமியக் கலைகளே, தகவல் பரப்பும் ஊடகமாகவும் பழக்கவழக்கப் பண்பாட்டுப் பெட்டகமாகவும் திகழ்ந்துள்ளன. இன்று தொழில் நுட்பத்தின் அசுர வளர்ச்சியான தகவல் தொடர்பிற்கும் பொழுது போக்கிற்கும் பல்வேறு ஊடகங்கள் உருவாகி வருகின்றன.

இம்மாறுதல் இயற்கையானதே. இவற்றினை நாம் எளிதில் புறக்கணித்துவிட முடியாது. காலத்திற்கு ஏற்ற மாறுதல்கள் தேவைதான். இதுபோன்று ஒவ்வொரு பகுதியிலும் ஒவ்வொரு விதமான கலைகள் உள்ளன. இந்தக்கலைகள் வெளியே தெரியாமல் உள்ளன. மேலும் நாடகம், வீதி நாடகம், இசை நாடகம், நாட்டிய நாடகம், பரதநாட்டியம், இசைச் சிற்பம் போன்ற பல கலை நிகழ்ச்சிகளும் நடைபெற்று வருகின்றன.

OOO

3

சிலம்பாட்டம்

தமிழர்களின் வீர விளையாட்டான சிலம்பாட்டம் என்பது தடியைக் கையாளும் முறை, கால் அசைவுகள், உடல் அசைவுகள் மூலம் தம்மைப் பாதுகாத்துக் கொள்ளுதல் எனப் பல கூறுகளைக் கொண்ட விரிவான தற்காப்புக் கலை ஆகும். தற்போது ஆண்கள், பெண்கள் என்று இருபாலரும் சிலம்பாட்டத்தை ஆர்வமுடன் கற்று வருகின்றனர். தமிழ்நாட்டில் திருவிழாக்களிலும், கோயில் விழாக்களிலும் சிலம்ப விளையாட்டு தவறாது இடம் பெற்று வருகிறது.

சிலம்பம் என்ற பெயர் சிலம்பு என்ற வார்த்தையில் இருந்து உருவானது. சிலம்பு என்பதற்கு ஒலித்தல் என்று பொருள். சிலம்பம் ஆடும் பொழுது உருவாகும் ஒலிகளைக் குறிக்கும் விதமாக சிலம்பம் என்ற பெயர் சூட்டப்பட்டதாகச் சொல்லப்படுகிறது.

"சிலம்பம்' என்ற சொல் "சிலம்பல்" என்ற வினையின் அடியாகப் பிறந்தது. மலைப் பகுதிகளில் அருவி விழும் ஓசை, பறவைகளின் கீச்சொலி, மரங்களின் இலைகள் காற்றில் அசையும் ஓசை, விலங்குகளின் இரைச்சல் போன்ற பல ஓசைகள் ஒலித்துக் கொண்டே இருப்பதால் மலைக்கு, "சிலம்பம்" என்ற மற்றொரு பெயரும் உண்டு.

எனவே, மலை நிலக் (குறிஞ்சி) கடவுளான முருகனுக்கும், "சிலம்பன்" என்ற பெயருண்டு. கம்பு சுழலும் போது ஏற்படும் ஓசை மற்றும் ஆயுதங்கள் ஒன்றோடொன்று மோதும் ஓசை போன்று இருப்பதால், தமிழரின் தற்காப்புக் கலைக்கு "சிலம்பம்" என்ற பெயர் ஏற்பட்டது. நெல்லை மாவட்டத்தில் கடையநல்லூருக்கு மேற்கே உள்ள மலைப்

பகுதிகளில் வாழும் பழங்குடியினருள் "சிலம்பரம்" என்ற பெயரும் வழக்கில் உள்ளது.

தமிழகத்தில் பல்வேறு பகுதிகளில் சிலம்பம் சிறப்புற்று விளங்கினாலும் குமரி மாவட்டத்தின் சில பகுதிகளில் விளையாடும் சிலம்பாட்டமே சிறப்பானது. இதில் கம்பிகளைக் கொண்டு ஒலியெழுப்பி விளையாடுவர். இக்கலையைப் பயிற்றுவிக்கும் செயலைக் "களிரிப்பயிற்று" என்று கூறுவர். புத்த சமயத்துறவிகள் மூலம் இந்தப் போர்க்கலை சீனா, ஜப்பான் நாடுகளுக்குச் சென்றது என்பர் வரலாற்று ஆசிரியர்கள். இக்கலை சிறந்த மாற்றங்களுடன் ஜப்பான் நாட்டில் கராத்தே என்று அழைக்கப்படுகிறது.

தடியடி தமிழர் தற்காப்புக் கலையான இவ்விளையாட்டை வழக்கில், கம்பு சுற்றுதல் என்றும் கூறுவர். இது தடியைக் கையாளும் முறை, கால் அசைவுகள், உடல் அசைவுகள் மூலம் தம்மைப் பாதுகாத்து கொள்ளுதல் எனப் பல கூறுகளைக் கொண்ட விரிவான தற்காப்புக் கலை ஆகும்.

சிலம்பாட்டத்தில் எதிராளி வீசும் கம்பினைத் தடுத்தல், எதிராளியின் உடலில் சிலம்புக்கம்பினால் தொடுதல் (தொடு புள்ளி) போன்றன அடிப்படையாகக் கொள்ளப்படுகிறது.

சிலம்பாட்டத்தைக் கற்றுக் கொள்ளக் குறைந்தது ஆறு மாதக் காலம் தேவை.

இதற்கென சிலம்பாட்டக் கழகங்கள் பல தமிழகத்தில் உள்ளன. சிலம்பாட்டம் ஆடுவதற்குக் குறைந்தது இருவர் வேண்டும். நன்கு பயிற்சி பெற்ற ஆட்டக்காரர்களே சிலம்பாட்டப் போட்டிகளில் விளையாடுவர். தற்காலத்தில் ஆண்கள், பெண்கள் என்று இருபாலரும் சிலம்பாட்டத்தைக் கற்று விளையாடி வருகின்றனர். திருவிழா, கோயில் விழாக்கள் மற்றும் ஊர்வலங்களில் சிலம்பாட்டம் தவறாது இடம் பெறும். இக்கலை திருவள்ளூர், திருநெல்வேலி, தூத்துக்குடி, கன்னியாகுமரி மாவட்டங்களில் பெருமளவு நடக்கிறது.

சிலம்பம் மற்றும் காய் சிலம்பம் (குத்துவரிசை) போன்ற பயிற்சியினால் தசை விரைவு மற்றும் வளைந்து கொடுக்கும் தன்மை, கையும் கண்ணும் ஒருங்கிணைப்பு, காலும் கண்ணும் ஒருங்கிணைப்பு, உடல் சமநிலை, தசை ஆற்றல், வேகம், தசை வலிமை மேம்படுத்த சுகாதார நலன்கள் பெறும் வழக்கமான பயிற்சி, சுற்றோட்டத் தொகுதி பொறுமை, தசை வலிமை பெறும்.

தமிழ்நாட்டின் வீர விளையாட்டுகளில் ஒன்று சிலம்பம். பல நூறு ஆண்டு பழமையான இந்த விளையாட்டை ஆண்டு தோறும் பல நூறு மாணவர்கள் கற்று வருகின்றனர். இருப்பினும், சிலம்பத்திற்கு இதுவரை மத்திய அரசு அங்கீகாரம் வழங்காமலேயே இருந்தது. இது தொடர்பாகத் தமிழ்நாடு முதல்வர் ஸ்டாலின் மத்திய அரசிடம் சமீபத்தில் கோரிக்கை விடுத்திருந்தார்.

கேலோ இந்தியா இந்நிலையில், தமிழர்களின் வீர விளையாட்டான சிலம்பத்தை 'கேலோ இந்தியா' திட்டத்தின் கீழ் சேர்த்து மத்திய அரசு உத்தரவிட்டுள்ளது. "தமிழர்களின் பாரம்பரிய பெருமைமிக்க சிலம்ப விளையாட்டைப் பாதுகாக்கவும், தமிழர்களின் வீரக்கலையான சிலம்பத்தை உலகறியச் செய்யும் நோக்கத்திலும், மத்திய அரசின் "கேலோ இந்தியா" திட்டத்தின் கீழ் அங்கீகரிக்கப்பட்ட விளையாட்டுப்

பட்டியலில் சேர்த்திட தமிழ்நாடு முதலமைச்சர் மு.க. ஸ்டாலின் அறிவுரையின்படி கோரப்பட்டது. ஏனைய பழங்குடியின விளையாட்டுகளுடன் சேர்த்து சிலம்பத்தையும் மேம்படுத்துவதற்கு உரிய நடவடிக்கைகளை மேற்கொள்ளுமாறு இந்திய விளையாட்டு ஆணையத்திடம் (Sports Authority of India) தமிழக அரசு கோரிக்கை வைத்தது.

சிலம்பம் சேர்ப்பு

அதனையேற்று, சிலம்ப விளையாட்டினை ஒன்றிய அரசின் இளைஞர் விவகாரம் மற்றும் விளையாட்டு அமைச்சகத்தின் விளையாட்டுத் துறை அங்கீகரித்தது. "புதிய கேலோ இந்தியா" திட்டத்தின் கீழான "விளையாட்டின் மூலம் அனைத்து தரப்பு மக்களையும் உள்ளடக்கி ஊக்குவித்தல்" (Promotion of inclusiveness through Sports) என்ற கூறில் சிலம்பம் விளையாட்டினைச் சேர்த்துள்ளது. தமிழர்களின் வீர விளையாட்டான சிலம்பம் ஒன்றிய அரசால் அங்கீகரிக்கப்பட்டது. தமிழினத்திற்குப் பெருமை சேர்த்துள்ளது.

சிலம்பக் கலை பற்றிய அகழ்வாய்வுச் சான்றுகள் மிகத் தொன்மையானவை. கி.மு.2000க்கும் முற்பட்ட ஆதிச்ச நல்லூர் அகழ்வாய்வில், 32 வகையான சிலம்ப ஆயுதங்கள் கண்டெடுக்கப்பட்டுள்ளன. இவை சென்னை அருங்காட்சியகத்தில் வைக்கப்பட்டுள்ளன. பிரிட்டனில் உள்ள அருங்காட்சியகம் ஒன்றில் எகிப்திய போர் வீரர்கள் பயன்படுத்திய நான்கு அடி நீளமுள்ள கம்பு வைக்கப்பட்டுள்ளது. அவர்கள் அந்தக் கம்பினைப் பயன்படுத்திய முறை சிலம்பத்தை ஒத்திருப்பதால் தமிழகத்தில் இருந்து எகிப்துக்கு கலாச்சாரப் பரிமாற்றத்தின் ஒரு பகுதியாக சிலம்பக்கலையும் பரவியதாகக் கருதப்படுகிறது.

மக்கள் தம்மை சிங்கம், புலி போன்ற விலங்குகளிடம் இருந்து காத்துக்கொள்ளக் கையாண்ட முறையே சிலம்பம் எனப்படும் கலையாக வளர்ந்துள்ளது என்பர். தமது கைகளில் எப்போதும் இருக்கக் கூடிய சிறிய ஆயுதங்களான கம்பு (தடி), சிறு கத்தி, கோடரி போன்ற ஆயுதங்களைப்

பயன்படுத்தி விலங்குகளிடம் இருந்து தற்காத்துக்கொள்ள இந்தக் கலையைப் பயன்படுத்தினர்.

தமிழர்கள் ஆயுதம் ஏந்திப் போராட ஆரம்பித்த காலத்தில் முதலில் எடுத்தது கம்பு எனப்படும் ஆயுதமே ஆகும். இதுவே பின்னர் சிலம்புக் கலையாக வளர்ச்சி பெற்றது.

ஆதிகாலத்தில் மனிதர்கள் சண்டை செய்ய ஈட்டி, கத்தி, வேல், வாள், கம்பு போன்ற பலவிதமான ஆயுதங்களைப் பயன்படுத்தினர். அவற்றுள் மிகவும் பழமை வாய்ந்த ஆயுதம் கம்பு எனப்படும் 'சிலம்பு' ஆகும். முற்காலத்தில் இக்கலையை சத்திரியர்கள் பயன்படுத்தினர். தற்போது இது ஒரு சில பள்ளிகளாலும், தனியார் அமைப்புகளாலும் கற்றுத் தரப்படுகிறது. விளையாட்டுப் போட்டிகளில் வீர விளையாட்டாகவும் இடம்பெறுகிறது.

சிலம்பச் சுவடிகளில் குறிப்பிடப்படும் தொன்மையான சிலம்பச் சுவடு மற்றும் அடி வரிசைகள், தமிழக மூவேந்தர்களின் ஆட்சி முடிவுற்று, தமிழகம் அன்னியர்களுக்கு அடிமைப்பட்ட பின் கால மாற்றத்தால் அதன் பெயர்களும் ஆடும் முறைகளும் சிறு மாற்றமடைந்தன. வடக்கன் களரி, தெக்கன் களரி, சுவடு அடி முறை, கர்நாடகச் சுவடு, சிரமம், சைலாத், தஞ்சாவூர் குத்து வரிசை, நெடுங்கம்பு என்ற பெயர்களில் இன்றும் தமிழகம் மற்றும் கேரளா உள்ளிட்ட பகுதிகளில் ஆடப்பட்டு வருகின்றன.

சிலம்பத்தில் சுவடு, தெக்கன் சுவடு, வடக்கன் சுவடு, பொன்னுச்சுவடு, தேங்காய்ச்சுவடு, ஒத்தைச் சுவடு, குதிரைச் சுவடு, கருப்பட்டிச்சுவடு, முக்கோணச் சுவடு, வட்டச்சுவடு, மிச்சைச் சுவடு, சர்சைச் சுவடு, கள்ளர் விளையாட்டு, சக்கர கிண்டி, கிளவி வரிசை, சித்திரச் சிலம்பம், கதம்ப வரிசை, கருநாடக வரிசை எனப் பல வரிசை முறைகள் உள்ளன.

சிலம்பம் சுமார் 5000 ஆண்டுகள் பழமையானதாகக் கருதப்படுகிறது. 2500 ஆண்டுகளுக்கு முன் வாழ்ந்த அகத்திய முனிவர் 64 கலைகளில் ஒன்றாகச் சிலம்பத்தைக் குறிப்பிடுகிறார். சிலம்பம் பற்றி தமிழ் இலக்கியத்தில், குறிப்பாக சிலப்பதிகாரத்தில் சிலம்பம் ஆடுவதற்கான கம்பு, கத்தி போன்றவை ஒரு கடையில் விற்கப்படுவதாகவும்

அவற்றை வெளிநாட்டினர் மிக ஆர்வமுடன் வாங்கிச் செல்வதாகவும் குறிப்புகள் உள்ளன.

திருக்குறளில் "கோல்' என்ற பெயரிலும், கலிங்கத்துப்பரணியில், "வீசு தண்டிடை கூர்மழு ஒக்குமே' என்ற வரிகள் மூலமும், "தண்டு' என்ற பெயரிலும் கம்பு குறிப்பிடப்பட்டுள்ளது. திருவிளையாடற் புராணத்திலும், சிலம்ப விளையாட்டு பற்றிய குறிப்புகள் காணப்படுகின்றன.

கி.பி. 15ஆம் நூற்றாண்டைச் சேர்ந்த "பதார்த்த குண சிந்தாமணி' என்ற நூலில் சிலம்பம் விளையாடுவதால் வாதம், பித்தம், கபம் ஆகியவை நீங்கும் எனக் கூறப்பட்டுள்ளது. இவைகளைத் தவிர கம்பு சூத்திரம், குறுந்தடி சிலம்பம், நடசாரி போன்ற ஓலைச்சுவடிகளும் உள்ளன. இச்சுவடிகளில் உள்ள பாடல்கள் அகத்திய முனிவர் சிலம்பம் பயின்ற பிறகே யோகக் கலை, மருத்துவம் போன்ற கலைகளைப் பயின்றதாகத் தெரிவிக்கின்றன.

நாட்டுப்புறப் பாடல்களில் ஒன்றான கட்டபொம்மன் கதைப்பாடலில் வீரபாண்டிய கட்டபொம்மன் ஆங்கிலேயரை விரட்ட சிலம்பத்தைப் பயன்படுத்தினான் என்பதை

"கொட்டுக்கொட்டென்று மேல் பொட்டிப் பகடையும்
கொல்வேன் என்றான் தடிக்கம்பாலே;
சட்டுச் சட்டென்று சிலம்ப வரிசைகள்
தட்டிவிட்டான் அங்கே பாரதன் வல்லை"

என்ற கும்மிப் பாடல் மூலம் அறியலாம்.

சிலம்பின் உட்கூறுகள்

மெய்ப்பாடம், உடற்கட்டு, மூச்சுப்பயிற்சி, குத்துவரிசை, தட்டுவரிசை, அடிவரிசை, பிடிவரிசை, சிலம்பாட்டம், வர்மம் முதலானவை சிலம்பக்கலையின் முக்கியக் கூறுகளாகும். ஒருவர் சிலம்பக்கலையைக் கற்றுக் கொள்ள வேண்டுமாயின், அடிப்படையில் துவங்கி படிப்படியாக இவற்றைக் கற்பதன் மூலம் சிலம்பக்கலையின் பல்வேறு உட்கூறுகளைத் தம்முள் அடையலாம்.

மெய்ப்பாடம் என்பது சிலம்பக் கலையின் முதலாவது பயிற்சியாகும். உடல் வலிமையைப் பெருக்கும் நோக்கில் வகுத்தறிந்த உடற்பயிற்சிகளைச் செய்து உடல் தகுதியை அடைவது மெய்ப்பாடம்.

உடற்கட்டுப்பாடம்

குறிப்பிடத்தகுந்த வலிமையை உடலுக்கு ஏற்படுத்தவும், உடலின் நெகிழ்வை உறுதிப்படுத்தவும் கற்பிக்கப்படுவது உடற்கட்டுப் பாடம் ஆகும். இது இரண்டாம் நிலைப் பயிற்சியாகும்.

மூச்சுப்பாடம்

மூச்சுப்பாடம் என்பது மூன்றாவதாக இடம் பெறும் பயிற்சியாகும். கூடுதலான நுணுக்கமிகு பயிற்சிகளைச் செய்வதற்கு ஏதுவாக இருக்கும் பொருட்டு மூச்சுப்பாடம் கற்பிக்கப்படுகிறது. ஒருவர் மெய்ப்பாடம், உடற்கட்டுப் பாடம் மற்றும் மூச்சுப்பாடம் ஆகியவற்றைக் கற்றுக் கொள்வது. தனக்கு விருப்பமுள்ள கூடுதல் பாடங்களைப் பயில வழி வகுக்கிறது.

குத்துவரிசை

சிலம்பாட்டத்தின் முக்கிய உட்கூறாக குத்துவரிசை அமைகிறது. பெயருக்குத் தகுந்தாற்போல் எதிரியைக் கைகளால் வரிசையாகக் குத்துவதே குத்துவரிசையாகும். குத்துவரிசையின் நுணுக்கமாக, நிற்கும் நிலைகளை எப்படி இலாகவமாக மாற்றிக் கொள்வது என்பதைக் கற்றுக்கொள்வது இன்றியமையாததாகும். கிட்டத்தட்ட, அறுபத்து நான்கு விதமான நிலைகள், புலி, யானை, பாம்பு, கழுகு, குரங்கு ஆகிய உயிரினங்களிடமிருந்து கற்றுக் கொள்ளப்படுகின்றன. எதிரியின் நிலை மற்றும் இடப்பெயர்ச்சிக்கேற்ப தன் நிலைகளை விரைவாக மாற்றிக் கொண்டே எதிரியின் மீது குத்துவிடுதல் என்பதே குத்துவரிசையாகும்.

தட்டுவரிசை

ஒருவர் குத்துவரிசை பயிலும் போதே தட்டுவரிசையையும் கற்றுக் கொள்ளலாம். மறுநிலையில் இருப்பவர்

குத்துக்களைத் தம்மீது பாய்ச்சும் போது, அவற்றை அவர்தம் நிலைக்கேற்பத் தன்நிலையை மாற்றித் தட்டிவிடுதல் என்பதே தட்டுவரிசையாகும்.

பிடிவரிசை

எதிரி தம்மைத் தாக்க வரும் போது, எதிரியை எப்படி இலாகவமாகத் தம்பிடிக்குள் கொண்டு வந்து தாக்குதலை முறியடிப்பது என்பதே பிடிவரிசை என்பதாகும். சிலம்பாட்டத்தின் இக்கூறானது, யானைகளிடம் இருந்து வகுக்கப்பட்ட ஒன்றாகும். யானைகள் ஒன்றுக்கொன்று பிடி போட்டுக்கொள்ளும் போது, கிட்டத்தட்ட இருநூறு வகையான பிடிகள் இருப்பது கண்டறியப்பட்டு அவை யாவும் இப்பயிற்சியில் இடம் பெற்றுள்ளன.

அடிவரிசை

ஏதாகிலும் ஒன்றைப் பாவித்து நேர்த்தியாகத் தம் காலடிகளைச் சூழலுக்கேற்ப மாற்றிக் கொண்டு எதிரியின் மீது அடி விழச் செய்தலை வரிசைப்படுத்துவதே அடிவரிசை என்பதாகும். சிலம்புக்கலையின் இக்கூறானது குரங்குகளிடமிருந்து கற்றுக் கொண்டதாகும். அடிவரிசையில் கற்றுத் தேர்ந்த ஒருவர் அடுத்ததாக சிலம்பாட்டம் எனும் சிலம்புக்கலையின் உட்பிரிவைக் கற்றுத் தேர்ச்சியடையலாம்.

சிலம்பத்தில் சுவடு, தெக்கன் சுவடு, வடக்கன் சுவடு, பொன்னுச் சுவடு, தேங்காய்ச் சுவடு, ஒத்தைச் சுவடு, குதிரைச்சுவடு, கருப்பட்டிச் சுவடு, முக்கோணச் சுவடு, வட்டச் சுவடு, மிச்சைச் சுவடு, சர்சைச் சுவடு, கள்ளர் விளையாட்டு, சக்கர கிண்டி, கிளவி வரிசை, சித்திரச் சிலம்பம், கதம்ப வரிசை, கருநாடக வரிசை போன்ற வரிசை முறைகள் உள்ளன.

சிலம்பத்தடி

சிலம்ப ஆட்டத்திற்கான கம்பு அல்லது தடி, மூங்கில் இனத்தைச் சேர்ந்த சிறுவாரைக் கம்பு, பிரம்பு போன்ற

மரங்களில் இருந்து தயாரிக்கப்படுகிறது. இதில் சிறுவாரைக் கம்பு என்பது நன்கு வளைந்து கொடுக்கக்கூடியது. சிலம்பத்திற்கான தடி, நிலத்தில் இருந்து ஓர் ஆளின் நெற்றிப் புருவம் வரையான உயரமுடையதாக இருக்க வேண்டும்.

கம்பு சுத்தமாக இருக்க வேண்டும். கம்பின் முனைகள் மட்டமாக இருக்க வேண்டும். கம்பு வழுவழுப்பாக இருக்கக் கூடாது. வழுவழுப்பாக இருந்தால் கம்பு சுழற்றும் போது கம்பு கையை விட்டு வழுகிப் போகலாம். விளையாடும்போது ஒவ்வொரு சமயமும் இடது கால் முன்னே இருக்க வேண்டும்.

கவனிக்க வேண்டியவை :

பதுக்கல் :

பதுக்கல் என்பது தான் வைத்திருக்கும் பொருளை எதிரிக்குத் தெரியாமல் வைப்பது.

விளையாடும் போது விளையாடுபவர் தன்னுடன் விளையாடும் நபருக்குத் தாம் எவ்வாறு விளையாடப் போகிறோம் என்பது தெரியாமல் கம்பை மறைந்து விளையாடுவது பதுக்கல் எனப்படும். இதனைச் சிலம்பம் விளையாடும் அனைவரும் அறிந்து வைத்திருக்க வேண்டும்.

பம்மல் :

தான் பிறருக்குத் தெரியாமல் பதுங்குவது. பம்மல் நிலையில் இருந்தால் நம் எதிரி நாம் முன்னே போகிறோமா அல்லது பின்னால் போகிறோமா எனத் தெரியாமல் திணறுவர். இது நமக்குச் சாதகமாக அமையும்.

மிரட்டல் :

தன் கையில் இருக்கும் கம்புடன் முன்னும் பின்னும் எல்லாப் பக்கங்களிலும் செல்வதுபோல பாசாங்கு செய்வது மிரட்டல் எனப்படும். இது எதிரியைப் பயமுறுத்த உதவும்.

மின்னல் :

சிலம்பம் விளையாடுகிறவர் என்ன செய்கிறார், என்ன செய்யப் போகிறார் எனக் கணிப்பதற்கு முன் மின்னல் போல செயல்படுவது மின்னல் எனப்படும். மின்னல் எப்படி ஒருசில நொடிகளின் தோன்றி மறைகிறதோ அதேபோல சிலம்பம் விளையாடுகிறவர் வீசுகிறாரா? அல்லது வெட்டுகிறாரா எனக் கவனிப்பது சிரமம்.

இடசாரி, வலசாரி

இடப்பக்கமும் வலப்பக்கமும் மாறி மாறி கம்பினை வீசுவது இடசாரி, வலசாரி எனப்படும். சிலர் விளையாடும் போது எந்தக் கைப்பக்கம் கம்பு சுழல்கிறது என அறிவது சிரமம். இதுதான் இடசாரி வலசாரி எனப்படும். இந்தத் திறமை அனைவருக்கும் அமைவதில்லை. ஒரு சிலருக்கே கை வந்த கலை. ஒரு சிலர் இடசாரியாகவும், ஒரு சிலர் வலசாரியாகவும் ஒரு சிலரே இரண்டிலும் கைதேர்ந்தவராக இருப்பர்.

இடசாரியாக இருப்பவர் வீசும் கம்பு இடது புறத்தில் வரும்போது அதிவேகமாக இருக்கும். வலசாரியாக இருப்பவர். வீசும் கம்பு வலப்பக்கத்தில் வரும்போது அதிவேகமாக இருக்கும்.

விழிப்பு :

விளையாடும் போது கம்பு எப்படி வருகிறது என்பதைக் கூர்ந்து கவனிப்பது விழிப்பு ஆகும்.

மறுப்பு :

எதிரியின் கம்பு தன்மேல் படாமல் தடுத்து நிறுத்துவது. அதாவது எதிரி ஓங்கி வெட்டுவதாக இருந்தால் அது தன்மேல் படாமல் தடுப்பதை மறுப்பு அல்லது தடுப்பு என்பர்.

அழிப்பு :

விளையாடும் போது எதிரி செய்யும் முறையை மாற்றி அவர் மேல் நாம் செய்யும் முறையால் கம்பால் அவரைத்

தாக்குவது. எதிரி மேல் வீச்சு வலப்புறமாகக் கொடுத்தால் நாம் நமது கீழ்வீச்சை வலப்புறமாகக் கொடுத்து தடுப்பதே அழிப்பு. இதில் கவனமும் விழிப்பும், மிக எளிதாகக் கம்பைச் சுழற்றும் திறனும் பெற்றிருக்க வேண்டும்.

இதுபோல் சிலம்பத்தில் பல வித்தைகள் உண்டு. மேல் வீச்சு, கீழ் வீச்சு, அறுப்பு, மேல் அறுப்பு, நடு அறுப்பு, கீழ் அறுப்பு, தாவுதல், பின்தாவுதல், முன் துள்ளல், பின் துள்ளல், உச்சி வெட்டு, உள் வெட்டு, முகவாள் வெட்டு எனவும் குத்து வகையில் முன் குத்து, எறி குத்து, பக்கக் குத்து எனவும், மேலும் ஏற்றம், இறக்கம், ஓட்டுக்கால், பின்னல், வீடுகட்டுதல் எனப் பல சிறப்பு தாக்குதல் முறைகளும் உண்டு.

சிலம்பாட்ட வகைகள்

சிலம்பத்தில் பல வகைகள் உண்டு. அவையாவன:

துடுக்காண்டம், குறவஞ்சி, மறக்காணம், அலங்காரச் சிலம்பம், போர்ச் சிலம்பம், பனையேறி மல்லு, நாகதாளி, நாகசீறல், கள்ளன் கம்பு, நாகம் பதினாறு ஆகியனவாகும்.

சிலம்பாட்டச் சுற்று முறைகள்

சிலம்பாட்டத்தில் 72க்கும் மேற்பட்ட வகைகளில் சுற்றும் முறைகள் உள்ளன. சுருள் கத்தி, தீப்பந்தம், அடிவருசு, தொடுபுள்ளி, பிச்சுவாப்பிடி வரிசை, கோடாலிக் கேடயம், வேல்கம்பு, சுருள், வாரல், முன்வெட்டு, பின்வெட்டு, இடையறுப்பு, மேலறுப்பு, மலார், பின்னுருட்டு, முன்னுருட்டு போன்றன சில சுற்று முறைகளாகும்.

ஒற்றைச் சிலம்புத்தடி கொண்டு இரு கைகளில் பிடித்துச் சுழன்றாடுவது.

இரண்டு கைகளிலும் இரண்டு சிலம்பத்தடி கொண்டு ஆடுவது என இரு முறைகளும் இதில் உண்டு.

ஆயுதப் பிரிவுகள்

சிலம்பத்தில் ஒத்தைச் சுவடு, பிரிவுச் சுவடு, ரெட்டு வீச்சு, பூட்டுப் பிரிவு, மடு சிரமம், எடுத்தெறிதல், நெடுங்கம்படி,

கோபட்டா, வாள் வீச்சு, பீச்சுவா, சுருள்பட்டா, லேசம், செண்டாயுதம், வளரி, இடிகட்டை, கட்டாரி, கண்டக்கோடாரி, வீச்சரிவாள், வெட்டரிவாள், கல்துணி போன்ற ஆயுதப்பிரிவுகளும் உள்ளன. ஊமைத்துரை சுருள் பட்டா வீசுவதிலும், நெடுங்கம்பு வீசுவதிலும், சின்னமருது வளரி வீசுவதிலும் வல்லவர்களாக விளங்கினர்.

கராத்தே என்ற வீர விளையாட்டின் "காட்டா" (kata) என்ற பயிற்சி, சிலம்பத்தின் கதம்பவரிசை ஆகிய இரண்டின் செயல்பாடுகளும் ஒன்றேபோல் இருக்கும்.

தமிழர்களின் போர் முறையாகவும் தற்காப்புக் கலையாகவும் திகழ்ந்த சிலம்பாட்டம் மத்திய காலங்களில் திருவிழாக்களில் மட்டுமே ஆடப்பட்டு வந்தது. தற்போது இக்கலையானது வீர விளையாட்டாக மாறி போட்டிகளிலும் பங்கு பெறும் அளவில் வளர்ந்துள்ளது. சிலம்பம் தனி ஒருவராகவோ அல்லது இருவராகவோ அல்லது பலருடனோ ஆடப்படுகிறது. தனி ஒருவர் ஆடிக் காட்டுவது 'தனிச்சுற்று' எனப்படும். சிலம்பம் இருவர் போட்டியிடும் விளையாட்டாக நடைபெறுவதும் உண்டு. இது தற்காப்புக் கலை.

இந்தியாவில் தமிழ்நாடு மற்றும் கேரளா மாநிலங்களிலும், இலங்கை , மலேசியா, பிரான்சு, கனடா போன்ற நாடுகளிலும் சிலம்பம் பயிற்றுவிக்கப்படுகிறது. தமிழக அரசு சிலம்பத்தைப் பள்ளி விளையாட்டாக அங்கீகரித்துள்ளது. மனோன்மணியம் சுந்தரனார் பல்கலைக்கழகத்தின் அங்கீகாரத்துடன் வெங்காடம்பட்டி சமுதாயக் கல்லூரியில் சிலம்பம் பட்டயப்படிப்பாக நடத்தப்படுகிறது. பாளையங்கோட்டை தூய சவேரியர் தன்னாட்சிக் கல்லூரியின் நாட்டார் வழக்காற்றியல் ஆய்வு மையம், தென்பாண்டித் தமிழரின் "சிலம்ப வரலாறும் அடிமுறைகளும்' என்ற நூலை வெளியிட்டுள்ளது.

சிலம்பாட்டம் என்பது சிறந்த உடற்பயிற்சியாகும். கம்பு எடுத்து சுழற்றும் போது உடம்பில் உள்ள ஒவ்வொரு நாடி,

நரம்பும், தசைகளும் இயக்கப்படுகின்றன. கம்பைக் கைகளால் பிடித்து, தன்னைச் சுற்றிலும் சுழற்றிச் சுற்றும்போது தம் உடலைச் சுற்றிலும் ஒரு வேலி போன்ற அமைப்பை உருவாக்கிட முடியும். ஒரே ஒரு கலத்தைக் கொண்டு அமைக்கும் இது போன்ற வேலிக்குள் வேறு ஆயுதங்களைக் கொண்டு யார் தாக்க முற்பட்டாலும் அதனை சுழற்றும் கம்பால் தடுத்திட முடியும். உடலின் வலிமை, ஆற்றல், விரைவுத்திறன், உடல் நெகிழ்தன்மை (flexibility) ஆகியவற்றை அடைய சிலம்பப் பயிற்சி உதவுகிறது.

ஜனவரி 21, 2019 அன்று ஐக்கிய நாடுகள் சபை (ஐநா சபை அல்லது யூ.என்) உலகின் பார்வையில் சிலம்பம் பெயர் வரலாற்றில் முதல் முறையாக விவாதிக்கப்பட்டது.

ஆசியக் கண்டத்தின் நிலைக்கான சிலம்பம் ஆசியா நியமிக்கப்பட்டது.

சீனா மற்றும் இந்தியப் பாரம்பரியக் கலைகளின் வரலாற்றுப் பதிவு கடந்த ஆயிரம் நூற்றாண்டு பேரரசர் தலைமுறை கட்டுப்பாடு எல்லைப் பகுதி மற்றும் கடந்த காலங்கள் நாட்டின் எல்லை பிரச்சினைகள் கண்டறியப்பட்டது. கலை வளர்ச்சி மற்றும் வரலாற்றுப் பயணம் தொடர்பான நாட்டின் எல்லை பிரச்சினைகளைத் தீர்ப்பதற்கு சீனா அரசாங்க பிரதிநிதி சிலம்பம் ஆசியாவுக்குக் கோரிக்கை விடுத்துள்ளார். அமெரிக்கா நியூயார்க் நகரத்தில் ஐக்கிய நாடுகள் (United Nations) தலைமையகத்தில் நடைபெற்றது. ஜனவரி 30, 2019 ஐக்கிய நாடுகள் சபையின் (ஐநா சபை) சிறப்பு நிலைக்கு சிலம்பம் அதிகாரப்பூர்வமாக வழங்கப்பட்டது.

வளையும் மூங்கில்   தடி சிலம்பம்

தடி வரிசை

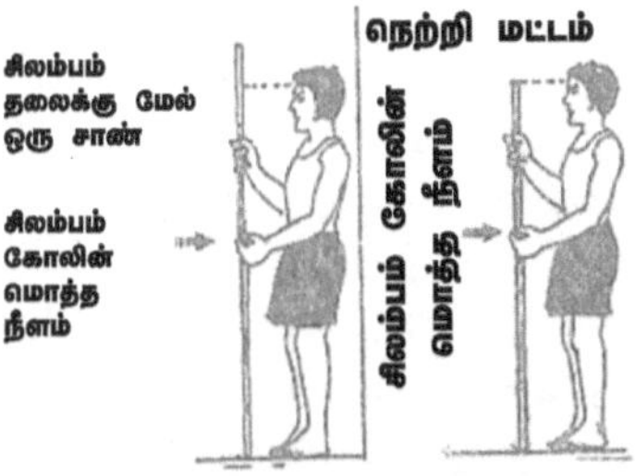

மான்கொம்பு - சண்டை

பக்க வீச்சை உள்கட்டு வரிசையில் கட்டுதல்

எகிரித் தாக்குதலும் எகிரித் தடுத்தலும்

அடிவரிசையில் எதிரியை கத்திரி பிடியில் பிடித்தல்

குச்சியை தடுத்து எதிரியை உதைத்தல்

4

கோலாட்டம்

கோலாட்டம் என்பது பெண்களுக்கென்றே உரிய ஆட்டமாகும். இரண்டு கோல்களைப் பயன்படுத்தி ஒன்றுடன் ஒன்று மோதி ஒலி எழுப்பி ஆடுகின்ற ஆட்டமே கோலாட்டம் ஆகும். கையில் கழிகளை வைத்தாடும் நாட்டார் கலை வடிவங்கள் நிறைய உண்டு. அவற்றில் கோலாட்டம் தனிச்சிறப்புப் பெற்ற ஒன்று.

சமுதாயத்தைப் பற்றியும், தலைவர்களைப் பற்றியும் கோலாட்டப் பாடல்கள் எழுதப்பட்டன. தமிழ்நாட்டில் மட்டுமின்றி இந்தியாவின் பிற பகுதிகளிலும் கோலாட்டம் ஆடப்படுகிறது.

கோலாட்டம் என்பது பல்வேறு நிறங்கள் தீட்டப்பட்ட கழிகளைக் கொண்டு தாளத்துக்கும், இசைக்கும் ஏற்ப ஒன்றுடன் ஒன்று தட்டிக்கொண்டே ஆடும் ஒரு நாட்டார் கலை.

பல்வேறு பகுதிகளில் கண்ணன் பிறந்த நாளன்று சமயச்சடங்காகவும் இக்கலை நிகழ்த்தப்படுகிறது. ஆரம்ப காலத்தில் இக்கலையைத் திருமணமாகாத ஆண்கள் மட்டுமே நிகழ்த்தினர். இப்போது பெண்கள் பெரும்பான்மையாக இக்கலையில் பங்கேற்கிறார்கள். தமிழகத்தில் தென் மற்றும் வடகிழக்கு மாவட்டங்களில் ஆண்களும், பெண்களும் இணைந்து கோலாட்டம் நிகழ்த்துகிறார்கள். தொடக்கத்தில் மெதுவாகத் தொடங்கும் இசையும் ஆட்டமும் உச்சத்தில் முடிவுறும். இதற்கெனத் தனி அடவுகளும் உண்டு. இக்கலை சிற்சில வேறுபாடுகளுடன் வட மாநிலங்களில் "தாண்டியா" என்ற பெயரில் கொண்டாடுகின்றனர்.

இது ஒவ்வொரு பகுதியிலும் ஒவ்வொரு பெயரில் குறிப்பிடப்படுகிறது. குமரி மாவட்டப் பகுதிகளில் களியல், களியலாட்டம் எனவும், தஞ்சை மாவட்டப் பகுதிகளில் கிட்டியடித்தல், இட்டியாட்டம் எனவும், ஆண்கள் ஆடும் ஆட்டம் வைந்தானை ஆட்டம் எனத் திருச்சிப் பகுதியிலும், இலங்கையில் வசந்தன் கூத்து எனவும் பல்வேறு பெயர்களில் வழங்குகின்றது.

கோலாட்டத்தில் ஆடுவோர் எண்ணிக்கை வரையறுக்கப்படவில்லை. என்றாலும் எட்டு முதல் பன்னிரண்டு பேர் ஆடுவது சிறப்பானது. இவர்கள் தவிர பாடுபவர், இசைக்கலைஞர் எனத் தனியே இருப்பர்.

கோலாட்டத்தில் ஈடுபடுபவர்கள் ஒத்த வயது, ஒத்த உடலமைப்பு, ஒரே உயரம் கொண்டவர்கள் என ஆடுவது அழகுதரும். ஆண்கள் வேட்டி, சட்டை அணிந்து தலையில் ரிப்பன் கட்டியும் பெண்கள் வழக்கமான உடை பாவடை, சட்டை, தாவணியுடன் ஆடுவர். தொழில் முறை கலைஞர்கள் ஒரே வண்ண உடை அணிவர்.

கோலாட்டம் ஆடும் கோலும் இடத்திற்கு ஏற்ப அளவாலும் வண்ணத்தாலும் மாறுப்படும். தச்சு வேலை

செய்து வண்ணம் தீட்டி பித்தளை பூண்மாட்டி மணிகள் கோர்த்து அலங்கரித்து ஆடினர். இப்போது கிடைக்கும் கம்பினைக் கொண்டு ஆடுகின்றனர். இதில் கோலாட்டக் குச்சி அடிபெருத்தும் நுனிசிறுத்தும் கடைசல் வேலைபாடுகள் செய்யப்பட்டு வண்ணம் தீட்டப்பட்டிருக்கும்.

ஆட்டத்தில் பல வகையான அடி வைப்புமுறைகள் இருந்தாலும் மின்னல் வேகத்தில் மாறி மாறி சுற்றிச் சுழன்று ஒழுங்குடன் ஆடுவது தான் சிறப்பு.

கோலாட்டத்தைக் கற்றுக் கொடுக்கும் ஆசிரியரை ஆசான் என்பார்கள். ஆசான் இறந்து போனால் அவரது இறுதி ஊர்வலத்தில் அவரது மாணவர்கள் கோலாட்டம் நிகழ்த்தியபடி செல்வார்கள்.

காணிக்காரர்கள் என்னும் ஆதியினம் கோலாட்டத்தைத் தங்கள் இனக்கலையாகக் கொண்டிருந்தது. காணிக்காரர்களின் தலைவர் மூட்டுக்காணியின் தலைமையில் ஓணம் பண்டிகை அன்று ஊர்ப்பொதுவிடத்தில் பிரமாண்டமான கோலாட்டம் நிகழ்த்தப்படும். காணிக்காரர்கள் கொரண்டி, கன்னங்கயிஞ்சி, சீதவெற்றம் ஆகிய மரங்களின் கம்புகளை கோலாட்டத்துக்கு உரிய கழியாகப் பயன்படுத்துவார்கள். இக்கழிகள் பளபளப்பாகவும், அடித்து ஆடும்போது கணீரென ஒலி எழுப்புவதாகவும் இருக்கும். அடர்ந்த காட்டுப்பகுதிகளில் மட்டுமே இக்கழி தரும் மரங்கள் வளர்கின்றன.

இப்போது வனத்துறை நிர்ப்பந்தத்தால் காட்டுப்பகுதியைக் காலி செய்யும் நிலை ஏற்பட்டுள்ளதால் கையில் கிடைக்கும் எந்தக் குச்சியையும் இவர்கள் பயன்படுத்துகிறார்கள். காணிக்காரர்களின் கோலாட்டத்தில் காடுகளின் செழிப்பு, சிறப்பு, இயற்கை, விலங்குகள், அவர்களின் குல தெய்வங்கள் என்பன பாடுபொருளாகக் கொள்ளப்படும். பிற சமூகத்தினரின் கோலாட்டத்தில் தலைவர்களின் சிறப்புகள், புராண, இதிகாசங்கள் என்பன பாடுபொருளாகக் கொள்ளப்படும்.

வகைகள்

ஒற்றைக் கம்பால் அடித்து ஆடுவது, இரட்டை கம்பால் அடித்து ஆடுவது எனக் கோலாட்டத்தில் இரண்டு வகைக் கலையாடல்கள் உள்ளன. கோலாட்டம், பின்னல் கோலாட்டம், கோலாட்டக்கும்மி என மூன்று வகையான கலையாடல்கள் தமிழகத்தில் நிகழ்த்தப்படுகின்றன.

பின்னல் கோலாட்டம்

கோலாட்டத்தில் பின்னல் கோலாட்டம் பார்க்கச் சிறந்தது. பல வண்ணத் துணிகளையோ அல்லது கயிற்றையோ உத்தரத்திலிருந்து தொங்கவிட்டு அதை நடனமணிகளின் இடது கைக்கோலில் கட்டி அவர்கள் அசைவுகளைச் செய்யும்பொழுது மெதுவாகக் கயிறுகள் ஓர் அழகிய பின்னலாகப் பின்னப்படும். பிறகு ஆடிய முறையின் நேர் எதிர் முறையில் ஆடிப் பின்னல் அவிழ்க்கப்படும். இதற்குக் கிருஷ்ண லீலை பற்றிய பாடல்கள் இசைக்கப்படும். ஆடும் ஆண்களும் பெண்களும் வண்ண ஆடை அலங்காரங்கள் செய்து கொள்வார்கள். மன்னர்களும், அரசவை நாயகர்களும் இக்கலைக்கு மிகுந்த ஆதரவு அளித்து வந்திருக்கின்றனர்.

மரபு சாராத கோலாட்டம்

தமிழகத்தின் பிற பகுதிகளில் பள்ளி, கல்லூரி, அரசு விழாக்களில் மரபு சாராத கோலாட்டம் நிகழ்கிறது. கன்னியாகுமரியில் இயங்கும் களரி அமைப்பும், திண்டுக்கல்லில் இயங்கும் சக்தி கலைக்குழுவும் இக்கலையை விடாது இயக்குகின்றன.

○○○

5

வில்லுப்பாட்டு

வில்லுப்பாட்டு அல்லது வில்லிசை என்பது தென்தமிழ்நாட்டில் நாட்டுப்புற கலைகளில் தனிச்சிறப்புடன் திகழும் தமிழர் கலைகளில் ஒன்றாகும். வில்லின் துணைகொண்டு பாடப்படும் பாட்டு வில்லுப்பாட்டு எனப் பெயர் பெற்றது. துணை இசைக்கருவிகள் பல இருப்பினும் வில்லே இங்கு முதன்மை பெறுகிறது. துணைக்கருவிகளாகப் பயன்படுத்தப்படுபவை: உடுக்கை, வில்லுக்குடம், தாளம், வீசுகோல், கட்டை என்பனவாகும்.

வில்லுப்பாட்டின் தோற்றம் குறித்த காலத்தை வரையறுத்துக் கூற முடியவில்லை. மனிதன் வேட்டையாடுதலைத் தொழிலாகக் கொண்டிருந்த நேரம் அவனுக்கு உதவியது வில்லாகும். அதில் கட்டப்பட்டிருந்த மணி ஓசையில் மயங்கி அதனடிப்படையில் வில்லுப்பாட்டிசை உருவாகியிருக்கலாம் எனக் கருதப்படுகிறது.

வீரர்களின் பொழுதுபோக்குச் சாதனமாக முதலில் விளங்கிய வில்லுப்பாட்டு, காலப்போக்கில் வளர்ச்சி பெற்று மக்களின் பொழுது போக்கிற்காகவும், குறிப்பாகச் சமுதாய சீர்திருத்தக் கருத்துக்களைச் சொல்வதற்கும் பயன்பட்டது.

வில்லுப்பாட்டு எப்படி உருவானது என்பதற்கு செவிவழிக் கதை ஒன்று உண்டு. பாண்டிய மன்னர் வில்லுடன் வேட்டைக்குப் போனார். பல விலங்குகளை வேட்டையாடினார். மாலை நேரம் வந்ததும், மன்னர் மனதில் கலக்கம். அமைச்சரிடம் ''இந்த உயிர்களை இப்படிக் கொல்லுகிறோமே... நமக்கு சந்தோஷம், அவற்றுக்கோ துன்பம். மானைக் கொன்ற பின், அதன் குட்டி எப்படித் தவிக்கிறது பார்த்தீர்களா?'' என்றார். ''சரி, இதற்கெல்லாம்

பரிகாரம் உண்டா?'' "உண்டு ராஜா... இறைவன் மீது மனமுருகப் பாடி பாவ மன்னிப்புக் கோருங்கள். இசை ஒன்றுக்குத் தான் இசைவான்'' என்றார் அமைச்சர். உடனே காட்டிலேயே கச்சேரி நடத்த முடிவானது. ஆனால் பக்க வாத்தியங்கள் இல்லை. கொண்டு வந்த பொருட்களை இசைக்கருவிகளாக்கினர். வில்லைத் தரையில் வைத்து அம்பால் தட்டி இசை எழுப்பினார் மன்னர். அப்படி தட்டும் போது வில் சரிவர நிற்காததால் தண்ணீர் கொண்டு போயிருந்த மண் குடத்தைக் கட்டித் தட்டினார். 'டும்... டும்' என்று நாதம் பிறந்துவிட்டது. ராஜா பாடத் துவங்கும் முன், 'தந்தனத்தோம்' என்று அடியெடுத்துக் கொடுத்தார் அமைச்சர். மன்னர் பாடும் போது, ஆமோதிக்க வேண்டாமா? அதனால் மன்னரின் உதவியாட்கள் 'ஆமாம்' போட ஆரம்பித்தனர். அந்தப் பழக்கம் வில்லுப்பாட்டில் இன்றும் தொடர்கிறது.

Shánár Musicians.

வில்லுப்பாட்டின் அமைப்பு

வில்லுப்பாட்டின் கட்டமைப்பைப் பெரும்பாலும் பின்வரும் ஏழு வகைகளாக வகுக்கலாம்.

காப்பு விருத்தம்

வில்லுப்பாட்டின் முதல் பகுதி இறைவணக்கம் செய்யும் விதமாக காப்புப் பகுதியாக அமைகிறது. பெரும்பாலும் இது விருத்தமாக அமையும்.

வருபொருள் உரைத்தல்

குறிப்பிட்ட கதையை இன்று வில்லில் கூறப்போவதாக ஆசிரியர் முன்கூட்டியே குறிப்பிடுவது வருபொருள் உரைத்தலாகும். இதனை நுதலிபாடுதல் எனவும் கூறுவர். இது பாடலாக அமையப்பெறும்.

குருவடி பாடுதல்

தனக்கு ஆசிரியராக இருந்தவரை நினைத்து வணங்கி நலம் உண்டாக உதவுமாறு கோருவது குருவடி பாடுதல் எனப்படுகிறது.

அவையடக்கம்

கதை கூறுவோர் தன்னை எளியோனாகவும், கேட்போரைச் சான்றோராகவும் கருதி கூறப்பெறுவது அவையடக்கம் ஆகும். பிழை நேருமிடத்துப் பொருத்துக்கொள்ள வேண்டுவதாக அப்பகுதி அமையப்பெறும்.

நாட்டு வளம்

கதையின் தொடக்கத்தில் பொதுவாக நாட்டு வளமே கூறப்படும்.

கதைக்கூறு

நாட்டுவளத்தினை அடுத்து கதை முழுமையாகக் கூறப்பெறும். கதையின் தலைவன், தலைவியரின் சிறப்பு இதில் புகழ்ந்துரைக்கப்படும்.

வாழிபாடுதல்

இறுதிப் பகுதியாக வாழ்த்துப் பகுதி அமையும். கதை கேட்போர், கதை மாந்தர், கதை கூறுவோர் என அனைவரும் நலம்பெற வாழ்த்துவதாக மங்களமாக முடிவு பெறும் நிலை வாழிபாடுதல் என்பது.

கதை கூறல் :

தமிழகத்தின் தென் பகுதியில் குறிப்பாக குமரி நெல்லை மாவட்டங்களில் மிகுந்த செல்வாக்கு பெற்றது இக்கலை. இதனை இங்கு வில்லிசைப்பாடல் என்றும் வில்லடிச்சான் பாட்டு என்றும் குறிப்பிடுகின்றனர்.

இங்கு நாட்டுப்புறப் பாடல், கோவில் இறைவன் கதை தொடர்பாகப் பாடப்படுகிறது.

'வில்லடிச்சான் கோவிலிலே.....
விளக்கு வைக்க நேரமில்லே.....

என்னும் நாட்டுப்புறப்பாடல் வில்லுப்பாட்டுக்கும் கோவிலுக்கும் உள்ள தொடர்பை வெளிப்படுத்துகிறது.

இந்த வில்லுப்பாடல் தென் மாவட்டங்களில் அம்மன் கோவில் விழாக்களிலும், கொடை என்னும் ஆண்டுதோறும் நடைபெறும் விழாவிலும் நடத்தப்படுகிறது.

கோயிலின் முன்பு மேடை அமைத்து இது நடத்தப் பெறும். அந்த மேடை வில்லுப்பாட்டு குழுவினர் அனைவரும் அமர்ந்து நிகழ்ச்சியில் பங்குபெறும் வகையில் அமைக்கப்பட்டிருக்கும்.

வில்லுப்பாட்டு நிகழ்வில் வில்லை அடிக்கும் கோலின் ஒலியும், பாடல் வரிகளும், பின்பாட்டுக்காரர்களின் வார்த்தைகளும் தெளிவாகக் கேட்கும் வகையில் ஒலி அமைப்புகள் செய்யப்பட்டிருக்கும். இதில் கலைஞர்கள் உரத்த குரலில் பாடும் திறமை பெற்றவர்களாய் இருப்பர்.

இதில் வில், உடுக்கை, குடம், தாளம், கட்டை ஆகிய முக்கிய கருவிகள் இடம்பெறும். எனினும் இதில் வில் என்னும் கருவியே முக்கிய இடத்தைப் பெறுகிறது.

வில் கருவியினைத் தயாரிக்க வில் கதிர், முனைக் குப்பிகள், வடம், மணிகள், மணிகளைக் கோர்த்திடத் தேவையான வளையங்கள், கம்பிகள், கயிறுகள் பயன்படுத்தப்படுகின்றன.

வில்கதிர் என்பது பனை மரத்தால் செய்யப்படும் வில் போன்ற அமைப்பினைக் கொண்டது. வடம் என்பது முறுக்கப்பட்ட கயிறு. வில்லின் இருமுனைகளிலும் பொருத்தப்படும் அழகிய சிமிழ் போன்ற அமைப்பே முனைக்குப்பி எனப்படும்.

வைரம் பாய்ந்த பனை மரத்தின் அடிப்பகுதியைக் கொண்டு செதுக்கி வில் உருவாக்கப் பெறுகிறது. வில் முழுவதும் கயிற்றால் வரிந்து சுற்றப்பட்டிருக்கும். கதிரின் நடுப்பாகம் குடத்துடன் ஒட்டியிருக்கும் படி நாண் வடம் மேலாகவும், கதிர்ப்பகுதி கீழாகவும் இருக்கும்படிச் செய்வர்.

கதிரின் மேற்பகுதியில் பொருத்தப்பட்டிருக்கும் குப்பிகளின் இருமுனைகளும் இணைக்கும் நாண் மூலம் இழுத்துக் கட்டப்பட்டிருக்கும். கதிரில் வெவ்வேறு ஒலிகளை எழுப்பும் மணிகள் கோர்க்கப்பட்டிருக்கும். ஒரு பக்கம் ஆறும் மறுபக்கம் ஐந்து என பதினோறு மணிகள் கோர்க்கப்பட்டிருக்கும்.

வில்லுப் பாட்டின் முதன்மைப் பாடகர் புலவர் எனப்படுவார். அவர் தன் கையில் வில்லின் நாண் மீது அடிக்கும் கோலை வைத்திருப்பார். அந்தக் கோல் வீசு கோல் எனப்படும்.

பாட்டுப்பாடும் போது இந்த வீசுகோலினைக் கொண்டு தான் புலவர் வில்லின் நாண் மீது தட்டி, தாளத்திற்கு ஏற்றபடி இசை எழுப்புவார்.

உடுக்கு வில்லுப்பாட்டில் முக்கியப் பங்கு வகிக்கிறது. கடவுள் சார்ந்த கதைகளுக்கும் அவலக் கதைகளுக்குமான உணர்ச்சிக் கூறுகளை வெளிப்படுத்துவதில் உடுக்கு முக்கிய இடத்தை வகிக்கிறது. உடுக்கு இருபுறமும் வாய்ப்பகுதிகள் கொண்டதாகவும், நடுவில் குறுகலாகவும் இருக்கும். இதனால் தான் இதனை சித்துடுக்கை என்பர். இதன் உடல் பகுதி வெண்கலம் அல்லது பித்தளையால் ஆனது.

குடம் முக்கியப் பங்கு வகிக்கிறது. இதனை வில்லுக்குடம் என்பர். இதன் கழுத்துப் பகுதி மிகவும் உறுதியாகவும் வாய் பகுதி விளிம்பு இல்லாமலும் இருக்கும்.

அடுத்து தாளம் இடம் பெறும். இது இரண்டு வட்ட வடிவ இணைப்பகுதிகளால் ஆனது. இது இரும்பு அல்லது பித்தளையால் செய்யப்பட்டிருக்கும். இந்த இரு வட்ட வடிவ தட்டுகளை ஒன்றின்மேல் ஒன்று வைத்து தட்டும்போது இசை பிறக்கும். இதுவும் வில்லுப்பாட்டில் முக்கிய இடம்பெறும்.

மண்குடத்தை மேடையில் புரியணை மீது வைத்து நிறுத்தி வில்லுடன் கட்டியிருப்பார். மண் குடத்தினை நிலத்தில் பாதுகாப்பாக நிற்க வைக்கப் பயன்படுத்தப்படும் வைக்கோலால் செய்யப்பட்ட வளையம் புரியணை எனப்படும்.

வில்லுக்குடத்தின் மீது தட்ட கட்டை மற்றும் பத்தி ஆகிய மரத்தால் செய்யப்பட்ட கட்டைகள் பயன்படும். இதில் கட்டை கொண்டு மண்குடத்திலும், பத்தி கொண்டு குடத்தின் வாய்ப் பகுதியிலும் தட்ட தகுந்த இசை வெளிப்படும்.

கதைப் பாடல்

வில்லுப் பாட்டுக்கான கதைகள் பல வகையாக அமைக்கப்படுகிறது. மரபு வழிக் கதைகள் முதல் தற்கால நிகழ்வுகள் வரை கதைகளாக பாடலாக அமைக்கப்பட்டிருக்கிறது. இவை தொன்மைக் கதைகள், நாட்டுப்புறக் கதைகள், தெய்வக் கதைகள், சமுதாயக் கதைகள், வரலாற்று வீரர் கதைகள், நடப்பியல் கதைகள் வில்லுப்பாட்டுப் பாடல்களாக அமைக்கப்படுகின்றன. புராணக்கதைகள், விடுதலைப் போராட்ட வீரர் கதைகள், நாட்டுப்புறத் தெய்வக் கதைகளே வில்லுப்பாட்டுப் பாடல்களாக விளங்குகின்றன.

இக்காலத்தில் வில்லுப்பாட்டானது கால மாற்றத்திற்கேற்ப புதுமை வடிவம் பெற்றுள்ளது. இதற்கு வித்திட்டவர் பிச்சைக் குட்டிப் பிள்ளையாவார். பல சமுதாய நிகழ்வுகளை வில்லுப்பாட்டாக மாற்றி வெற்றி கண்டவர்.

மக்களிடம் பிரபலமடையக் காரணமானவர் கலைவாணர் என்.எஸ்.கிருஷ்ணன் ஆவார். இவரே திரைப்படத்தில் இக்கலையை அறிமுகப்படுத்தினார்.

கொத்தமங்களம் சுப்பு, குலதெய்வம் ராஜகோபால், சுப்பு ஆறுமுகம் போன்றோர் இக்கலையை மக்களிடம் கொண்டு சேர்த்தனர்.

வில்லுப்பாட்டு மக்களது உள்ள உணர்ச்சியோடு ஒன்றிவளரும் ஒரு கலையாக உள்ளது.

வில்லுப்பாட்டில் அனைத்து இசைக் கருவிகளும் கூட்டாக இசைக்கப்பட்டு தான் வில்லுப்பாட்டு நிகழ்ச்சி நடைபெறும். நிகழ்ச்சி தொடங்கும் முன்பு மேடையில் தேங்காய் உடைத்து, கற்பூரம் காட்டி வழிபாடு செய்வர். இதன் பின்னரே இசைக் கருவிகளை உரிய இடங்களில் வைத்து நிகழ்ச்சியைத் தொடங்குவர்.

பொதுவாக கிராமக் கோயில்கள் ஒதுக்குப்புறமாகக் காட்டுப் பகுதியில் தான் இருக்கும். இரவு நடக்கும் வழிபாட்டில் விலங்குகள் தொல்லை ஏற்படாமல் இருக்கவும், பக்தர்கள் அனைவரும் விழிப்புடன் இருக்கவும் இந்நிகழ்ச்சி மாலையில் துவங்கி மறுநாள் காலை வரை விடிய விடிய நடைபெறும். இப்போது இது *4, 5* மணி நேர நிகழ்ச்சியாகச் சுருங்கிவிட்டது.

மக்களின் உணர்ச்சியோடு ஒன்றி வளர்ந்த கலையாகத் திகழும் வில்லுப்பாட்டு மரபு வழிக்கதைகள் தொடங்கி இன்றைய அறிவியல் வளர்ச்சி நிலைகள் வரை கதையின் கூறாகக் கொண்டு பாடப்படுகிறது.

தமிழகத்தில் சுப்பு ஆறுமுகமும் அவரது குடும்பத்தாரும் இக்கலையை பட்டி தொட்டியெங்கும் கொண்டு சேர்ந்த புகழுக்குரியவர்களாவர்.

○○○

6

கும்மி

'மகாகவி' பாரதியார் 'பெண்கள் விடுதலை கும்மி' என்ற தலைப்பில் பாடல்கள் எழுதி கும்மியைச் சிறப்பித்துள்ளார்.

'கும்மியடி, பெண்ணே... கும்மியடி.... வளை குலுங்க குலுங்க கும்மியடி....' எனத் தொடங்கி ஒலித்த கிராமிய 'கும்மி' கடந்த கால வரலாற்றை உணர்த்தும் அடையாளமாகியது.

கும்மி பலர் கூடி ஆடும் ஒருவகைக் கூத்து அல்லது நடனம். இது தொன்றுதொட்டு வரும் ஒரு நடனக் கலை ஆகும். பலர் வட்டமாக ஆடிக்கொண்டோ, அல்லது இருபுறமாக சரிசமமாக நின்று ஆடிக்கொண்டோ வரும்போது இசைக்குத் தக்கவாறு தம் கைகளைத் தட்டி கால்களையும் இடுப்பையும், தலையையும் அழகுற அசைத்து, குனிந்தும் நிமிர்ந்தும் கூட்டாக ஆடும் ஒரு கூத்து. இது பொதுவாக முளைப்பாரியின்போது பெண்கள் வட்டமாக நின்று கைதட்டி ஆடும் நடனம் ஆகும். தமிழ்நாட்டிலும் கேரளத்திலும் கும்மி வழக்கில் உள்ளது. குரவை என்ற கலையில் இருந்து, கும்மி பிறந்ததாகக் கூறப்படுகிறது.

பல நூற்றாண்டுகளுக்கு முன், சிலவகை இசைக்கருவிகள் தான் இருந்தன. அதுவும் குறிப்பிட்ட சிலர் தான் பயன்படுத்தினர். இந்தக் காலகட்டத்தில் கையோசையை மட்டுமே இசையாகக்கொண்டு உருவான கிராமத்துப்பாடல்களின் ஒருவகை தான் கும்மி. இரண்டு கைகளை மிதமான வேகத்துடன், தட்டும் போது எழும் 'டப்' என்ற ஓசை தான் கும்மியின் அடிப்படை இசையானது. கைதட்டலை மாறி,

மாறி அதாவது தலைக்கு மேல், நெஞ்சுப்பகுதி, பக்கவாட்டு பகுதிகள், முழங்காலுக்கு கீழ், பின்புறம் எனத் தொடர்ந்து, தட்டும் போது, வரும் ஓசையை, இசையாகக்கொண்டு கிராமியப் பாடல்களைப் பாடத் தொடங்குவார்கள். மண்வாசனைப் பாடல்களில் கிராமத்து மக்களின் பாச உணர்வுகள், நேசங்கள், வாழ்க்கை முறை, எதிர்காலக் கனவுகள், சின்ன, சின்ன ஆசைகள் சற்றும் மாறாமல் இயல்பாக, மண்வாசனை வீச பதிவு செய்யப்பட்டிருக்கும். உறவுகளுக்குள் இருக்கும் எதிர்பார்ப்பு, சண்டை, குழந்தை வளர்ப்பு, குடும்பப் பெருமை, தலைமுறைத் தகவல்கள், இயற்கை வளம், காதல், போர், வீரம், தன்மானம் காத்தல், கேலி ஆகிய கருப்பொருட்களில் வார்த்தைகள் கோர்க்கப்பட்டு பாடல்களாக உருப்பெறும். இதில் பழமையான பாடல்களும் உண்டு. தற்போதைய, நிலைக்குத் தகுந்தது போல புதிய பாடல்களைப் புனைந்து (எழுதி) பாடுவதும் உண்டு. ஆடிப்பெருக்கு, பூ நோன்பு ஆகிய தினங்களில் கும்மியடித்து பாடுவது பாரம்பரியமான வழக்கம்.

'ஆடிபெருக்கு', 'ஆடிபட்டம் தேடி விதை' என்னும் பழமொழி உண்டு. ஆடியில் விதைத்தால், தொடர்ந்து வரும் மாதங்களில் பெய்யும் பருவமழை பயிர்களை வளரச்செய்யும். பாசன நீருக்கு சிரமப்பட வேண்டியதில்லை. பாசன வசதியில்லாத நிலங்களில் கூட, மழையை நம்பி ஆடிப்பட்ட சாகுபடி செய்வது உண்டு. ஆடிமாதத்தில் விதைக்கும் விதைகள், பருவமழையால் வளர்ந்து விடும். இதை அடிப்படையாக வைத்து, ஆடி 18 ம்தேதி கும்மியடித்து பாடல்கள் பாடி முளைப்பாரியை (நவதானிய விதைகள்) ஆறு, வாய்க்கால் போன்ற நீர்நிலைகளில் மிதக்க விட்டனர். நீர் செல்லும் திசைகளில் இந்த விதைகள் சென்று பரவலான தானிய உற்பத்தியை வழங்கியது. இதனால், மனிதர்களுக்கும், கால்நடைகளுக்கும், பறவைகளுக்கும் உணவு தட்டுப்பாடு இருக்காது. தமிழர்கள் இந்த நாளை முக்கிய விழாவாகக் கொண்டாடினர். பூ நோன்பை தைப்பொங்கலின், மூன்றாவது நாளை, 'பூநோன்பி' யாக, கிராமத்தினர் கொண்டாடினர். அதாவது மார்கழி மாதம் முழுவதும் கோலமிட்டு வாசலில்

வைக்கப்படும், சாணியில் உருவாக்கிய பிள்ளையார்களை (பிள்ளையார் வடிவில்) கூடைகளில் எடுத்து வைத்து, அதோடு ஆவாரம்பூ, பூசணிக்காய், வாழைபழம் ஆகியவற்றை சேர்த்து வைத்து, கூடைக்கு திருநீறு பூசி, பொட்டு வைத்து வணங்குவார்கள். பின்பு இந்தக் கூடைகளைப் பெண்கள் தங்கள் தலையில் சுமந்து, பொதுக்கோவில்களில் வைத்து, கும்மியடித்த பின், கூடைகளை ஆறு, வாய்க்கால், குளங்களில் மிதக்க விடுவதை, 'பூநோம்பி' என அழைத்தனர்.

கும்மியடிக்க ஊர்வலம் முளைப்பாரி மற்றும் பூநோன்பி கூடைகள் இரண்டுக்கும், ஒரே நடைமுறையைத் தான் கிராமங்களில் பின்பற்றினார்கள். இது பெண்கள் மட்டுமே பங்கேற்கும் விழாவாகும். கும்மிப்பாட்டுக்குத் தயாராகும் பெண்கள் மாலை நேரத்தில், புதிய ஆடைகள் அணிந்து, பலவிதமான அலங்காரங்கள் செய்துகொண்டு, சிரிப்பும் குதூகலமும், மகிழ்ச்சியும் பொங்க, கூட்டம் கூட்டமாக முளைப்பாரி அல்லது பூ நோன்பி கூடைகளைத் தலையில் சுமந்து வந்து கோவிலில் சேர்ப்பார்கள். பின்பு, பூஜைகள்

செய்து வழிபட்டு, கோவில் வளாகத்தில் சுற்றி வந்து 'கும்மியடித்து' கிராமத்து மண்வாசம் வீசும் பாடல்களைப் பாடுவார்கள்.

கும்மிப் பாட்டு

இரு கைகளையும் கொட்டியவாறு ஆடிப்பாடுவதைக் கும்மிப் பாட்டு என்று கூறுவர். பெரும்பாலும் பெண்களே இக்கூத்தை ஆடுவர். கைகொட்டிப் பாடிக் கொண்டே சுற்றி வருவர். ஒரு பாடலுக்கு மாத்திரமன்றிக் கதை தொடர்பான பல பாடல்களுக்கும் அபிநயம் செய்து ஆடுவதைக் காணலாம். இதில் நாடகப் பண்புகளையும் காணலாம்.

பல கும்மிப் பாடல் நூல்கள் அச்சாகியுள்ளன. இந்நூல்களில் மற்றைய நாடக நூல்களைப் போன்று காப்பு, வாழ்த்து, வணக்கம், கதை வரலாறு, வாழி என்ற முறை வைப்புக் காணப்படுகின்றது. சில இடங்களில் அந்தாதி அமைப்பில் கண்ணிகள் தொடர்ந்து காணப்படுகின்றன. அவை நாடக உரையாடல் போன்று அமைந்துள்ளன.

கும்மிப் பாட்டு வளர்ச்சியடைந்த நிலையில் ஒயில் கும்மி அல்லது ஒயிலாட்டம் என்ற ஆடல் நடைபெறுகிறது. இதில் பங்கு பெறும் நடிகர்கள் பாத்திரங்களுக்குத் தக்க உடைகளை அணிந்திருப்பர். பாடல்களுக்கு இடையே சிறிய உரைநடை,

உரையாடல் இடம் பெறும். கோவை மாவட்டத்தில் இந்த ஆட்டம் அதிகம் நடைபெறும். முருகன், காத்தவராயன், மதுரை வீரன் ஆகிய கதைகள் நடித்துக் காட்டப்படும்.

கும்மி பாடல்:

வெண்பாவின் பாவினத்தைச் சார்ந்தது. வெண்டளை மட்டுமே அமைந்த எழுசீர்க்கழிநெடிலடிகள் ஓர் எதுகை கொண்டு அமைவது, ஈற்றுச்சீர் பெரும்பாலும் விளங்காய்ச் சீராக வரும்.

கொட்டுங்கடி கும்மி கொட்டுங்கடி, இளங்
கோதையரே கும்மி கொட்டுங்கடி - நிலம்
எட்டுத் திசையிலும் செந்தமிழின் புகழ்
எட்டிடவே கும்மி கொட்டுங்கடி!

கும்மி இயற்கும்மி, ஒயிற்கும்மி, ஓரடிக்கும்மி என்பன கும்மியின் வகைகள் ஆகும்.

இயற்கும்மி:

ஓரடியில் ஏழுசீர்கள் அமையும். அது நான்கு சீர், மூன்று சீர் என மடக்கி எழுதப்படும். இவ்வாறு 2 அடியும் 4 வரியும் கொண்டதாக அமையும். முதல் சீரும் ஐந்தாம் சீரும் மோனை பெறும்.

ஒயிற்கும்மி:

மூன்று அடிகளில் அமையும். முதலடி இரு வரிகளிலும், இரண்டாமடி இரு வரிகளிலும், மூன்றாமடி ஒரு வரிகளிலும் அமையும். இரண்டாமடி முடுகியல் அடியாக வரும். வெண்டளை வேண்டியதில்லை. ஆனால் முதலடியும் மூன்றாம் அடியும் வெண்டளை பெற்று வரும். அடிகள் தோறும் மோனை அமைதல் நல்லது. முடுகியலடியின் 1, 3 சீர்கள் மோனை பெறும்.

ஓரடி கும்மி

கும்மியின் இலக்கணம் அமையப்பெற்ற எழுசீர்க்கழிநெடிலடி ஒன்றே, பொருள் முற்றிவரின் அஃது ஓரடிக் கும்மி எனப்படும். முதல் சீரும் ஐந்தாம் சீரும் மோனையோ

எதுகையோ பெற்றுச் சிறந்து வரும்.

கும்மி அடிக்கும் முறை :

மெல்ல நடந்து அடித்தல், நடந்து நின்று அடித்தல், குதித்துக் குதித்து அடித்தல், தன் கைகளைக் கொட்டி அடித்தல், எதிரில் உள்ளவர்கள் கைகளுடன் கொட்டி அடித்தல் என ஆறு நிலைகளில் கும்மியடித்தல் நிகழ்கிறது.

எந்த மங்கல நிகழ்வும் விநாயகரை வணங்கியே நடைபெறும். அதுபோல் கும்மியடிக்கும் பொழுது விநாயகரை வணங்கியே ஆரம்பிப்பர்.

முளைப்பாரி வளர்க்கும் வீட்டின் முன் ஆறு நாளும் கோவிலில் ஒரு நாளும் கும்மியடித்து ஆடுவது வழக்கம்.

"முந்தி முந்தி விநாயகரே
முருகா நல்ல சரஸ்வதியே
பாட்டில் உள்ள சரஸ்வதியே
என் நாவில் வந்து உதிக்க வேணும்"

என விநாயகரை வணங்கி ஆரம்பித்து தொடர்ந்து முளைப்பாரியின் படிநிலைகளைப் பாடுவர்.

"வண்ணக் கொட்டான் சின்னக் கொட்டான்
வகை வகையாய் நாருக் கொட்டான்
நாருக் கொட்டான் கையிலெடுத்து வாங்க"
ஆடாத் தொழுத் திறந்து வாங்க
மாட்டாந் தொழுத் திறந்து வாங்க
வட்ட வட்ட ஓடடுச்சு திட்டமுள்ள முளைப்பாரி"

என முளைப்பாரியின் வளர்ச்சி பற்றிக் குறிப்பிடுவர்.

கும்மியின் இறுதியில் ஊரைப் பாடுவதுடன், பாடியோருக்கு அம்மன் பரிசு கொடுப்பதாகவும் பாடி முடிப்பர்.

பொதுவாக நம்மிடம் இன்று கும்மியடிக்கும் வழக்கம் குறைந்து வருகிறது. பள்ளிகளிலும் திருவிழாக்களிலும் சிறுமிகளும் மகளிரும் ஒரு சில இடங்களில் கும்மி அடிக்கின்றனர். நாட்டுப்புறப் பாடல்களும், பாரதியார், பாரதிதாசன் பாடல்களும் அப்போது பாடுவது வழக்கம்.

○○○

7

மயிலாட்டம்

மயில் ஆட்டம் ஒரு தமிழர் நாட்டார் ஆடற் கலையாகும். மயில் தோகைகளைச் சேகரித்து ஆடையுடன் சேர்த்து வடிவமைக்கப்பட்ட ஆடையை அணிந்துகொண்டு ஆடப்படும் நடனமாகும். பெரும்பாலும் பெண்கள், சிறுமிகள் இந்த நடனத்தை ஆடுவார்கள். தமிழ்க் கடவுள் முருகனுக்குப் பிடித்த நடனம் மயிலாட்டம் தானாம். அதனால் தான் அவர் தனது வாகனமாக மயிலை வைத்துள்ளார் என முன்னோர்களால் நம்பப்படுகிறது.

மயிலின் ஆட்டத்தை அல்லது அசைவுகளை ஒத்து இந்த ஆட்டம் அமையும்.

மயிற்தோகையைப் பயன்படுத்தாமல் மயிலின் ஆட்டத்தை ஒத்ததாக அமையும் ஆட்ட வகைகளையும் மயிலாட்டம் (Peacock dance) என்று குறிப்பிடுவதுண்டு. கரகாட்டத்தின் துணையாட்டமாகவும், கரகாட்டத்தின் இடைநிகழ்ச்சியாகவும் இவ்வாட்டம் நடைபெறும்.

மயிலின் உருவம் போல் செய்யப்பட்ட பொம்மையில் தன் உருவத்தை மறைத்துக் கொண்டு நையாண்டி மேளத்தின் இசைக்கு ஏற்ப ஆண்களால் ஆடப்படும் ஆட்டம் மயிலாட்டம் – மயில் நடனம். பெண்கள் மயில் உருவ பொம்மையைச் சுமக்காமல் பச்சை, நீலநிற உடைகளை அணிந்து பின்புறம் மயில் தோகையைக் கட்டி ஆடுவர்.

ஆண் கலைஞர் மயில் கூட்டுக்குள் தன்னை மறைந்து ஆடுவதால் அவர் உருவம் வயது பற்றி யாரும் கவனிப்பதில்லை. ஆட்ட அழகினை மட்டுமே கண்டு ரசிப்பார்கள். இது பொழுதுபோக்கிற்காக நிகழ்த்துவது. கரகாட்டம், பொய்க்கால் குதிரையாட்டம் நிகழ்வுகளுடன் மயிலாட்டத்தையும் சேர்த்து ஆடச் செய்வர்.

மதுரையிலும், வட தமிழகத்திலும் இவ்வாறு மயிலாட்டம் ஆடும் கலைஞர்கள் உண்டு. இருப்பினும் தஞ்சை கொந்தளக்காரத் தெருவில் வசிக்கும் மராட்டியக் குடும்பத்தினர் இதில் சிறப்பிடம் வகிக்கின்றனர்.

பொய்க்கால் குதிரை செய்வது போலவே மயில் கூட்டையும் செய்வர். தலை, உடல், இறக்கை முதலியவைகள் தனித்தனியே செய்யப்பட்டு அதற்கு மயிலைப் போன்ற வண்ணத்தினைத் தீட்டுவர். மயிலின் தலை மீது கம்பியாலான கொண்டைகளும், குவிலென்சு கண்ணாடியாலான கண்களும் அமைப்பர். வாய் தகடுகளால் திறந்து மூடும் வகையில் அமைத்து, அதைத் திறந்து மூட கயிறு பொறுத்தி அக்கயறு ஆடுபவர் கையில் இருக்கும். மயில் கூட்டில் மயிலிறகுகள் பொருத்தப்பட்டிருக்கும்.

ஆட்டக்காரர் நிமிர்ந்தும் குனிந்தும் ஆடும்போது அதற்கு ஏற்ப மயில் இறகுகள் விரிந்தும் சுறுங்கியும் இருப்பது போல

நுட்பமாக மயில் கூடு செய்யப்பட்டிருக்கும். ஆடும் போது உயிருள்ள மயில் ஒன்று ஆடுவது போலவே கண்ணுக்கு விருந்தாகும்.

மயிலாட்டக் கலைஞர் ஒப்பனை செய்யும் போது மயிலின் கூம்பு போன்ற கழுத்துப் பகுதியினைத் தன் தலையில் பொறுத்திக் கொள்வார். அதில் உள்ள நீல நிறத் துணி அதை மறைத்து கழுத்தை மூடிக் கொள்ளும். மயிலின் உடலைத் தன் தோளில் இருக்கும்படி வைத்து கட்டிக் கொள்வர். மயிலின் உடலில் உள்ள பச்சை நிறத் துணி கலைஞரின் உடல், கால்களை மறைக்கும் படி தொங்கவிடப்படும். கலைஞரின் காலில் சலங்கை கட்டப்பட்டிருக்கும். கலைஞர் காலினைத் தட்டி ஓசையெழுப்பிய படி ஆடுவார். அவரது கரங்களில் மயிலின் இறக்கை கட்டப்பட்டிருக்கும். கலைஞர் தன் கைகளை நீட்டி மடக்கும் பொழுது மயிலின் இறக்கையும் அதற்கேற்ப விரிந்து மடங்கும்.

நையாண்டி மேள இசைக்கு ஏற்ப கலைஞர் ஓடி, நடந்து, குதித்து, தலையை ஆட்டி, இறக்கைகளை நீட்டி மடக்கி ஆடுவார்.

இதில் பார்வையாளர்களை மகிழ்விக்கும் வகையில் பாத்திரத்தில் வைக்கும் நீரினை உறிஞ்சிக் குடித்தல், தரையில் போடப்படும் பணத்தை வாயினால் கவ்வி எடுத்தல் போன்றவைகளும் கலைஞரால் செய்து காட்டப்படும். இந்த மயிலாட்டம் சிறுவர் சிறுமியரை மகிழ்விக்கும் சிறந்த கலை.

இதில் முருகன் வேடமிட்டு வருபவருடன் அவரது வாகனம் போல மயில் வேடமிட்டவர் நடிப்பதும் உண்டு.

ஆனால் மற்ற நடன கலைகளைப் போல் மயிலாட்டம் பிரபலம் அடையாமல் இருப்பதால் தற்போது இந்தக் கலை அழியும் அபாயத்தில் உள்ளது.

○○○

8

காவடியாட்டம்

காவடியாட்டம் என்பது முருக வழிபாட்டுடன் தொடர்புடைய ஒரு ஆட்டம் ஆகும். தை மாதத்தில் தைப்பூசத் திருநாளில் முருகப்பெருமானைத் துதிக்கும் பக்தர்களால் வில் வடிவில் காவடி அலங்கரித்து ஆடப்படுவது காவடியாட்டம் ஆகும். இந்தக் காவடியாட்டம் பெரும்பாலும் பழனி, சிங்கப்பூர், திருச்செந்தூர், இலங்கை மற்றும் புது தில்லி போன்ற பெருமை வாய்ந்த முருகன் கோவில்களில் பிரபலம் ஆகும்.

காவடியாட்டதில் பலவகையான காவடிகள் உள்ளன. புஷ்பக் காவடி, பால் காவடி, பன்னீர்க் காவடி, மச்சக் காவடி, சர்ப்பக் காவடி, பறவைக் காவடி மற்றும் தூக்குக் காவடி எனப் பல்வேறு காவடிகள் உள்ளன.

தைப்பூசத்தை முன்னிட்டு, முருகப் பெருமான் கோவிலுக்கு, காவடி சுமந்து, நேர்த்திக் கடன் செலுத்தும் பக்தர்களும், பாத யாத்திரை செல்லும் பக்தர்களும் ஏராளம். தமிழகத்தில் மட்டுமல்லாமல், மலேசியா, இலங்கை உட்பட தமிழர்கள் பெரும்பாலும் வசிக்கும் பல நாடுகளில், காவடியாட்டம் சிறப்பு வாய்ந்ததாகக் கருதப்படுகிறது.

இதில், வயது வரம்பு இல்லாமல் சிறுவர் முதல் பெரியவர் வரை, காவடி எடுத்து முருகனுக்கு நேர்த்திக்கடன் செலுத்துவது வழக்கம். தற்போது, கரகாட்டத்தின் ஒரு பகுதியாக காவடியாட்டம் மாறி, தொழில் முறை காவடியாகவும் உருமாற்றம் பெற்றுள்ளது.

தொடக்க காலத்தில், சுமையைச் சுமப்பதற்கான நீளமான ஒரு தடியை, 'காவடி' என்ற சொல் குறித்தாகக் கூறுகின்றனர்.

பின், ஒரு நீளமான தடியின் இரண்டு முனைகளிலும் பால், தேன் அல்லது இளநீர் நிரப்பிய குடங்களைத் தொங்கவிட்டு காவடி எடுக்கும் வழக்கம் தொடர்ந்தது.

பூக்கள், வெட்டிவேர், பட்டுத்துணி, மயிலிறகு உள்ளிட்டவைகளால் காவடிகள் உருவாக்கப்பட்டன. பின் உருமாறி, தடியின் இரு முனைகளையும் இணைக்கும் வகையில் மரத்தாலும், மெல்லிய பிரம்புகளினாலும், ஒரு வளைவான அமைப்புடன், பட்டுத்துணி, மயிலிறகு ஆகியவற்றுடன் போர்த்தப்பட்டு காவடி உருவாக்கப்பட்டது.

பொதுவாக மூங்கில், மூங்கில் தப்பை, மாம்பலகை, வேங்கை ஆகியவற்றைக் கொண்டு காவடிகள் செய்யப்படுகின்றன. 'செலுத்து காவடி' எனப்படும் தங்களது வேண்டுதல்களை நிறைவேற்ற விரும்பும் பக்தர்கள், இக்காவடியை விரதமிருந்து எடுத்துச் செல்வது வழக்கம். செலுத்து காவடி செய்ய மாம்பலகை மட்டுமே பயன்படுத்த வேண்டும். இதில் செய்தால் காவடி உடையாது.

வழிபாட்டின் கூறாகத் தோன்றிய காவடியாட்டம் பிற்காலத்தில் தொழில்முறை ஆட்டமாகவும் வளர்ச்சி பெற்றது. எனினும் வழிபாட்டுத் தொடர்பான காவடியாட்டம் அல்லது காவடியெடுத்தல் இன்றும் பரவலாகப் புழக்கத்தில் இருந்து வருகிறது. தொழில்முறைக் காவடியாட்டம்

பொதுவாகக் கரகாட்டத்தின் ஒரு துணை ஆட்டமாக இடம் பெற்று வருகின்றது.

கா+அடி என்பது காவாகச் சுமக்கப்படும் (முருகப்பெருமானின்) திருவடி. கா என்பது இருபுறமும் தொங்கும் சுமை. "காவடியாட்டம்" என்பது "காவடி", "ஆட்டம்" என்னும் இரு சொற்களின் சேர்க்கையால் உருவானது.

காவடி என்பது ஆட்டத்துக்கான கருவி என்பதால், இவ்வாட்டத்தின் பெயர் அதற்கான கருவியின் அடியாக எழுந்தது எனலாம். "காவடி" என்னும் சொல் "காவுதடி" என்பது மருவி உருவானதாகக் கருதப்படுகின்றது.

சுமை காவுபவர்கள் இலகுவாகச் சுமப்பதற்காக, ஒரு நீண்ட தடியின் இரு முனைகளிலும் சுமைகளைத் தொங்கவிட்டு அத்தடியின் நடுப்பகுதி தோளில் இருக்குமாறு வைத்துச் சுமந்து செல்வர். காவுவதற்கான தடி என்னும் பொருள்பட இத் தடியைக் காவுதடி என அழைப்பர்.

காவடி என்னும் சொல் தமிழ் இலக்கியங்களில் காணப்படுகிறது. கிராமப்புறங்களில் ஆறுகள், குளங்களில் இருந்து நீர் எடுத்துவர இம்முறை பயன்படுத்தப்படுகிறது. அண்மைக்காலம் வரை கிராமங்களில் பிச்சை கேட்டு வரும் சாமியார்கள் இதுபோல் காவடியில் பாத்திரங்களைக் கட்டித் தொங்கவிட்டு உணவுப் பொருட்கள் கேட்டு வருவதுண்டு.

மலை மேல் அமைந்த முருகன் திருத்தலங்களுக்கு வழிபாட்டுப் பொருட்களை எளிதில் எடுத்துச் செல்ல இந்தக் காவடி முறையைப் பயன்படுத்தினர். இதனால் சுமையின் பளு அதிகம் தெரியாது. மேலும் களைப்பு தெரியாதிருக்க பாடிய படியே சென்றனர். இதுவே பிற்காலத்தில் காவடிச் சிந்தானது. அண்ணாமலைச் செட்டியார் முருகன் மீது பாடிய காவடிச் சிந்து மிகவும் புகழ் பெற்றது.

முருகன் கோவிலுக்கு மட்டுமே உரித்தான காவடி எடுத்தல் இப்போது அய்யனார், அம்மன் கோவில்களிலும் நிகழ்கிறது. மேலும் ஆண்கள் மட்டுமே எடுத்த காவடியை

இப்போது பெண்களும் எடுத்து பிரார்த்தனையை நிறைவேற்றுகின்றனர்.

ஒப்பனை

பொதுவாக மஞ்சள், காவி நிற உடைகளையே அணிகின்றனர். நெற்றியில் பட்டையாகத் திருநீறு, அதன் மீது குங்குமம் வைத்து காலில் சலங்கை கட்டி ஒப்பனை செய்கின்றனர்.

வழிபாட்டுக்காக எடுக்கப் பெறும் காவடியின் போது 'வேல் வேல் வெற்றி வேல், முருகனுக்கு அரோகரா" எனவும் உணர்ச்சி பொங்கக் கூவுவர்.

பொழுது போக்குக் காவடி :

இப்போது பொழுது போக்கு, தொழில் முறை காவடியாக காவடியுடன் ஏணியில் ஏறி ஒற்றைக் கொம்பில் வயிற்றை வைத்து படுத்தபடி சுற்றி வருதல், தோளில் உள்ள காவடியை குனிந்தும் நிமிர்ந்தும் மெல்ல மெல்ல முதுகு, மறுதோள் எனக் கொண்டு செல்வது, பின் படிப்படியாகக் கைகளுக்குக் கொண்டு வருவது மீண்டும் வந்த வழியே திரும்பச் சென்று புறப்பட்ட தோளுக்குக் கொண்டு செல்வது என மாறிவிட்டது. தரையில் போடப்பட்ட ஊசியை எடுப்பது, தொடாமல் பாட்டில் சோடாவைக் குடிப்பது என வித்தைகள் காட்டும் நிகழ்ச்சியாக உருமாறி விட்டது.

காவடியின் தோற்றம் குறித்த நம்பிக்கைகள்

காவடியின் தோற்றம் சிந்து சமவெளி காலத்தில் உருவாகியிருக்கலாம் எனச் சான்று கிடைக்கிறது. சிந்துவில் கிடைத்த சித்திர வடிவ எழுத்துகளில் காவடி எடுப்பதைப் போன்ற தோற்றமும் உள்ளது. அதற்குக் கொடுக்கப்பட்ட எழுத்து வடிவங்கள் மற்ற வார்த்தைகளுக்கும் பொருந்தி வருவதால் சிந்து எழுத்து தமிழே என்று "சிந்து வெளியில் முந்து தமிழ்" என்ற நூலில் நா.ப.பூரணச்சந்திர ஜீவா பல்வேறு சான்றுகளுடன் விளக்குகிறார்.

மேலும் சமயத் தொடர்புள்ள விடயங்களின் தோற்றங்கள் தொடர்பில் கதைகள் இருப்பது போலவே காவடியின் தோற்றம் குறித்தும் கதை ஒன்று உள்ளது. இதன்படி, அகத்திய முனிவரின் வேண்டுகோளுக்கு அமைய சூரபத்மனின் நண்பனும் முருக பக்தனுமான இடும்பன் சிவகிரி, சக்திகிரி என்னும் இரண்டு மலைகளைக் காவுதடியில் சுமந்து கொண்டு பொதிகைமலை நோக்கிச் சென்றானாம்.

பழநியில் சுமையை இறக்கி வைத்துவிட்டுப் இளைப்பாறிப் பின் மீண்டும் தூக்க முயற்சித்தபோது தூக்க முடியவில்லையாம். அப்போது சிறுவனாக உருக்கொண்டு வந்த முருகப் பெருமான் மலைமேல் இருந்து இடும்பனைக் கேலி செய்யவே சிறுவனை நோக்கிப் பாய்ந்த இடும்பன் தவறி மலையில் இருந்து உருண்டு இறந்தான். பின்னர் அவனை உயிர்ப்பித்த முருகன், இடும்பனின் கோரிக்கைக்கு இணங்கி, இடும்பன் அங்கே காவல் தெய்வமாக இருக்கவும், கோயிலுக்கு காவுதடி (காவடி) எடுத்துவரும் பக்தர்களின் குறைகள் தீர்ந்துவிடவும் வரம் அளித்தாராம்.

அதிலிருந்து, முருக வழிபாட்டில் காவடி எடுத்தல் ஒரு அம்சமாக ஆகியது எனவும், அக்காவடியைக் கோவிலில் இடும்பன் சந்நிதியில் வைத்த பின்னரே எடுப்பது என்னும் வழக்கம் உருவானது என்றும் கூறப்படுகின்றது.

இக் கதையில் இருந்து காவடிக்கும், காவுதடிக்கும் உள்ள தொடர்பு புலப்படுவதையும் கவனிக்கலாம்.

அமைப்பு

காவடியாட்டத்திற்குப் பயன்படும் கருவியே காவடி எனப்படுகிறது. இது தொடக்கத்தில் சுமை சுமப்பதற்கான நீளமான ஒரு தடியையே (கோல்) குறித்தது. இதன் தொடர்ச்சியாகவே ஒரு நீளமான தடியின் இரண்டு முனைகளிலும், பால், தேன் அல்லது இளநீர் நிரப்பிய குடங்களைத் தொங்கவிட்டுக் காவடி எடுக்கும் வழக்கம் நிலவுகிறது.

பூக்கள், வெட்டிவேர், பட்டுத்துணி, மயிலிறகு போன்றவற்றினால் காவடிகள் அழகூட்டப்படுகின்றன.

தற்காலத்துக் காவடிகள் பல அழகுணர்ச்சியுடன் உருவாக்கப்படுகின்றன. ஆனாலும் இதன் அடிப்படையான பகுதி ஒரு தடியே.

இத் தடியின் இரு முனைகளையும் இணைக்கும் வகையில் மரத்தாலும், மெல்லிய பிரம்புகளினாலும் ஆன ஒரு வளைவான அமைப்பு இருக்கும். இதன் மேல் அழகான குஞ்சங்களுடன் கூடிய பட்டுத்துணி போர்த்தப்பட்டிருக்கும். நான்கு மூலைகளிலும் ஏராளமான மயில் இறகுகளைச் சேர்த்துக் கட்டி அழகூட்டியிருப்பர்.

வளைவுப் பகுதியின் உச்சியிலும் உயரமான கூம்பு வடிவான அலங்காரக் கூறு அமைந்திருக்கும். எனினும், காவடிகள் வேறுபட்ட அலங்காரங்களுடனும் அமைந்திருப்பது உண்டு. பொதுவாக காவடி ஏறத்தாழ 3 அடிகள் அகலம் உள்ளதாக இருக்கும். தோளில் வைக்கும்போது இரண்டு பக்கங்களிலும் சற்றுக் கூடுதலாக இருக்கும்படி இது அமையும்.

இது 5 கிலோ தொடக்கம் 7 கிலோ வரை நிறை கொண்டதாக இருக்கும். ஆனால், சிறுவர்களும் காவடி எடுப்பது உண்டு ஆகையால் அவர்களுக்காக நிறை குறைவான சிறிய காவடிகளும் உருவாக்கப்படுகின்றன.

காவடி எடுத்தல்

காவடி எடுப்பதற்காக முதுகில் செடில் குத்தியபடி ஒரு பக்தர் வழிபாட்டுத் தொடர்பான காவடி எடுத்தலில், குறிப்பாக நேர்த்தி வைத்துக் காவடி எடுத்தலில், தங்களை வருத்திக்கொள்ளும் நடைமுறைகளைக் காண முடியும். சிலர் ஏறத்தாழ ஆறு அங்குல நீளம் கொண்ட வெள்ளி வேல்களை ஒரு கன்னத்திலிருந்து மறு கன்னத்தினூடாக வரும்படி குத்திக்கொண்டும், இன்னொரு சிறிய வேலை நாக்கினூடாகக் குத்தியபடியும் காவடி எடுப்பர். இது "அலகு குத்துதல்" எனப்படும். தவிரத் தூண்டில் போல் வளைந்த வெள்ளி ஊசிகள் பலவற்றை முதுகில் வரிசையாகக் குத்தி அந்த ஊசிகளுடன் இணைக்கப்பட்ட கயிறுகளை இன்னொருவர் பிடித்து இழுத்தபடி இருக்கக் காவடி ஆடுவர். இது "செடில் குத்துதல்" எனப்படுகின்றது.

இது தவிர உடலின் பல்வேறு பகுதிகளில் வளைந்த வெள்ளி ஊசிகளைக் குத்தி அவற்றுடன் இணைக்கப்பட்ட கயிறுகளின் மூலம் காவடி எடுப்பவரை, சில்லுகள் பொருத்தப்பட்ட வண்டிகளில் கட்டப்பட்ட உயர்ந்த அமைப்புக்களிலிருந்து தொங்கவிட்டபடி ஊர்வலமாகக் கொண்டு செல்வர். காவடி எடுப்பவர் முகம் கீழிருக்கும்படி படுக்கை நிலையில் தொங்கினால் அது "பறவைக் காவடி" எனப்படும். இருக்கும் நிலையில் தொங்குவது "தூக்குக் காவடி" ஆகும். பறவைக் காவடியிலும், தூக்குக் காவடியிலும் காவடி எடுப்பவர் சுமையைத் தோளில் சுமப்பதில்லை. ஆனால், அவரே காவுதடியில் சுமை போல் சுமக்கப்படுவதைக் காணலாம்.

காவடி ஆட்டத்துக்கான இசை

காவடியாட்டத்துக்கான பின்னணி இசைக் கருவிகளாக நாதசுரமும், தவிலும் விளங்குகின்றன. நாதசுரத்தில் காவடிச் சிந்து இசையை வாசிக்கக் காவடியாட்டம் ஆடுவது மரபு. தற்காலத்தில் ஆடுவதற்கு ஏற்றதாக அமையக்கூடிய சினிமாப் பாடல்களையும் நாதசுரத்தில் வாசிப்பதைக் காணமுடிகிறது.

தொழில்முறைக் காவடியாட்டம்

தொழில்முறைக் காவடியாட்டம், தற்போது தனி நிகழ்ச்சியாக அன்றிக் கரகாட்ட நிகழ்வின் ஒரு பகுதியாகவே இடம்பெற்று வருகிறது. இதில் ஆட்டக்காரர் மேற்சட்டை அணியாமல் முருக பக்தனைப்போல் வேடம் புனைந்து ஆடுவார். தொழில்முறைக் காவடியாட்டத்தில், ஆடுபவர், சுழன்றாடுதல், வளைந்தாடுதல், குனிந்தாடுதல், வில்லாடுதல், கைவிரித்து ஆடுதல், வரவேற்க ஆடுதல் என்னும் ஆறு முறைகளைப் பயன்படுத்தி ஆடுவது வழக்கம்.

தோளின்மீது காவடியை வைத்து ஆடும் மரபு வழிக்குப் புறம்பாக தொழில்முறைக் காவடியாட்டக் கலைஞர்கள் தமது உடலின் பல்வேறு உறுப்புக்களிலும் காவடியை வைத்து ஆடுகிறார்கள். இதைவிட காவடியுடன் ஏணிமீது ஏறுதல் போன்ற சாகசச் செயல்களையும் செய்து காட்டுகிறார்கள்.

கலைத்திற விளையாட்டு

கைகளைப் பயன்படுத்தாமல் காவடியை ஒரு தோளிலிருந்து இன்னொரு தோளுக்கும், தோளிலிருந்து பின்கழுத்துப் பிடரிக்கும், பிடரியிலிருந்து தலைஉச்சிக்கும் ஏற்றி ஆட வைத்துக் காட்டிப் பின்னர் முறையை இறங்கி ஆடச் செய்து காவடிக் கலைஞர் தம் திறமையை வெளிப்படுத்துவர். இந்த வகையில் காவடி ஒரு விளையாட்டு.

மச்சக் காவடி

மீன் போல் பிறவிக்கடலில் தத்தளிக்கிறேன். இதில் இருந்து மீட்டு உன்னோடு சேர்த்துக்கொள்," என்பது மச்சக்காவடி தத்துவம்

சர்ப்பக் காவடி

"மிரளும் பாம்பு புற்றுக்குள் ஒளிவது போல, பிறவித்துன்பம் என்னும் புற்றில் தவிக்கிறேன். இதில் இருந்து மீட்டு உன்னோடு சேர்த்துக்கொள்," என்பது, சர்ப்பக்காவடி தத்துவம்.

வேல் காவடி

"விடியற்காலையில் கூவும் சேவல் போல், பிறவியாகிய இருளில் இருந்து எனக்கு எப்போது விடியல் வரும்?" என்பது சேவல்காவடி தத்துவம்.

தேர்க்காவடி

முதுகில் அலகு குத்திக் கொண்டு அதில் கயிற்றை இணைத்து சிறு தேரினை இழுத்துக் கொண்டு வந்து பிரார்த்தனையை நிறைவு செய்வர். இது தேர்க் காவடி எனப்படும்.

ooo

9

பொய்க்கால் குதிரை ஆட்டம்

குதிரைக் கூடு அணிந்து அதன் மேல் சவாரி செய்வது போல் பாங்கு செய்து ஆடப்படும் ஆட்டம் பொய்க்கால் குதிரை ஆட்டம் ஆகும். இந்த ஆட்டம் தஞ்சாவூரில் தோன்றியதாகக் கூறப்படுகிறது. ஆணும் பெண்ணும் இராசா இராணி போன்று வேடமிட்டு ஆடுவதுண்டு. அரசு விழாக்களில் பொய்க்கால் குதிரையாட்டம் முக்கிய நிகழ்ச்சியாக இருக்கும்.

கலைகள் மொத்தம் 64 இருந்தாலும் ஆடற்கலை காண்போரைச் சிந்திக்கவும் சிரிக்கவும் தூண்டும். இந்தக் கலைகள் அதிகம் ஆடும் இடமாக இருப்பது எல்லாம் ஆலய தேர் உலாவில் தான்.

முகத்துக்கு நல்ல வண்ணக்கலர் பூச்சுப் பூசி (அவர்கள் உண்மை முகம் தெரியாது) குதிரை பச்சைக்கலரில் துணி செய்து, குதிரைபோல இவர்கள் முன்னுக்கும், பின்னுக்கும் தூக்கி ஆடுவார்கள். இரண்டு குதிரை பூட்டினது போல இவர்கள் தோளில் இரு துணியைக் கட்டி அதிகமான பாரத்தோடு, பாடல்களைப் பாடி ஆடும் போது, குதிரையைப் பார்க்காதவரும் பொய்க்கால் குதிரை ஆட்டம் பார்க்க ஓடி வருவார்கள். கைத்தட்டி, விசிலடித்து ஆரவாரம் செய்வார்கள். பார்ப்போரை நிஜம் தானா அவர்கள் ஆட்டம் என்று வியக்க வைக்கும்.

இது புரவியாட்டம், புரவி நாட்டியம், பொய்க் குதிரை ஆட்டம் என வேறு பெயர்களிலும் அழைக்கப்படுகிறது. பொய்யான குதிரைக் கூட்டைச் சுமந்து கொண்டு மரக்காலில் நின்று ஆடும் ஆட்டம் என்பதால் பொய்க் கால் குதிரை ஆட்டம் என்று அழைக்கப்படுகிறது. இந்த ஆட்டம், ஓரிசாவில் சைத்திகோடா அல்லது கெயுதா என்றும், ஆந்திராவில் திலுகுர்ரம் என்றும், ராஜஸ்தானில் கச்சிகொடி என்றும், கேரளத்தில் குதிரைக்களி என்றும் அழைக்கப்படுகிறது. இந்த ஆட்டம், மராட்டிய மன்னர்கள் காலத்தில் தஞ்சைக்கு வந்ததாக வரலாற்று ஆய்வாளர்கள் கூறுகிறார்கள்.

பொய்க்கால் குதிரை ஆட்டத்தைச் சித்தரித்து சென்னை கல்லூரி சாலையில் சிலை வைக்கப்பட்டுள்ளது.

இக்கலை தமிழகத்தில் பரவலாக உள்ளது. இக்கலை கோயிலும் சமூகமும் சார்ந்த கலையாகும். முன்பு இந்த ஆட்டத்திற்கு கொந்தளம் என்ற இசைக் கருவியைப் பயன்படுத்தினர். தற்போது நையாண்டி இசைக்கேற்ப இவ்வாட்டம் ஆடப்படுகிறது. இக்கலையை ஆடுபவர்கள் ராஜா

ராணி வேடம் பூண்டு ஆடுகிறார்கள். நையாண்டி மேளத்தின் பின்னணி இசைக்கேற்ப நிகழ்த்தப்படும் இக்கலையின் ஆடுகளம், ஊர்வலம் ஆகும். ஊர்வலம் செல்கிற எல்லாப் பகுதிகளிலும், கோவிலின் முற்பகுதியும் ஆகும். இந்து சமயக் கோவில் விழாக்களிலும், இசுலாமியர்களின் விழாக்களிலும், கத்தோலிக்கரின் சவேரியார் கோவில் விழாக்களிலும் இவ்வாட்டம் இன்றுவரை நடைபெறுகிறது.

சிலப்பதிகாரத்தில் மாதவி ஆடிய பதினொரு வகை ஆடல்களில் மரக்காலாடல் ஒன்று.

'மாயவ ளாடிய மரக்கா லாடலும்'

– கடலாடுகாதை அடி 59

எனச் சிலப்பதிகாரம் குறிப்பிடுகிறது.

மரக்கால்களைக் கட்டிக் கொண்டு ஆடுவதால் மரக்காலாடல் என்றானது. இதுவே இன்று பொய்க்கால் குதிரை ஆட்டமானது.

கால்களில் கட்டைகளைக் கட்டிக் கொண்டு உண்மையான கால்களில் நின்று ஆடாமல் பொய்கால்களில் நின்று கொண்டு, குதிரை போன்ற உருவத்தைச் சுமந்து கொண்டு ஆடியதால் பொய்க்கால் குதிரையாட்டம் எனப் பெயர் பெற்றது.

மதுரைப் பகுதிகளில் மரக்கால்களைக் கட்டாமல் உண்மையான கால்களில் சலங்கை கட்டி, குதிரை உருவத்தைச் சுமந்தபடி ஆடுவதும் உண்டு.

ஒன்றே கால் அடி உயரமுள்ள கட்டைகளைக் காலில் கட்டிக் கொண்டு, பழைய செய்தித்தாள், புளியங்கொட்டை, சாக்கு, காடாத் துணி, பசை, பிரம்பு, இரும்புத்தகடுகள் ஆகியவற்றைக் கொண்டு பொய் குதிரைக் கூட்டை உருவாக்கி அதனை நாடாக் கயிறு கொண்டு ஆடுபவரின் இடுப்புக்குக் கீழே தொங்கிய நிலையில் தோளில் தொங்கவிட்டு கொந்தளம் அல்லது நையாண்டி மேள இசைக்கு ஏற்ப ஆடுவது பொய்க்கால் குதிரை ஆட்டம் ஆகும்.

அடவுகள் :

அரசனும் அரசியும் வீதி உலா வருவது போன்ற நிலையில் ஆடுகளத்தைச் சுற்றி அரசனும் அரசியும் கம்பீரமாக 3 முறை நடந்து வருவர். சுமார் 30 கிலோ எடையுடன் கூடிய குதிரை பொம்மையைச் சுமந்தபடி ஒரே நிலையில் நிற்க முடியாது. எனவே இசைக்கு ஏற்ப அங்கும் இங்கும் அசைந்தபடி ஆடுவர். நிற்கும் போது தூண் அல்லது ஆளைப்பிடித்தபடி தான் நிற்க முடியும்.

மேலும் நடத்தல், ஓடுதல், குதித்தல், குனிதல், நிமிர்தல், கால்தூக்கி ஆடுதல், முன்புறம் செல்லல், பின்புறம் செல்லல், பக்கவாட்டில் செல்லல், கீழே அமர்ந்து எழுதல் என அனைத்தையும் சமநிலை தவறாமல் சாமர்த்தியமாக ஆடுவர். மேலும் குதிரையை அடக்குவது போலவும், இருவரும் நேருக்கு நேர் அடவுகள் செய்வது போலவும், வட்டமாகவும் அடவுகள் செய்வர்.

பெண் ஆட்டக்காரர்கள் பல நளினமான கால் அடவுகளைச் செய்வர். குதிரையின் கடிவாளத்தைப் பிடித்து முன்னும் பின்னும் அசைத்து ஆடுவர்.

இசைக்கருவிகள்

இந்த ஆட்டத்திற்கு கொந்தளம் என்னும் இரட்டை முகத்தோல் கருவி பக்க இசையாகப் பயன்படுத்தப்படுகிறது. மேலும் இரு தவில்கள், இரு நாகஸ்வரம், பம்பை, கிடுகிட்டி போன்ற இசைக்கருவிகள் பக்க இசையாகப் பயன்படுத்தபடுகின்றன.

இந்தப் பொய்க்கால் குதிரையாட்டம், திருவிழாக்கள் திருமண ஊர்வலங்கள், அரசியல் ஊர்வலங்கள் ஆகியவற்றில் ஆடப்பட்டு வருகிறது.

○○○

10

தெருக்கூத்து

எழுத்தாளர் எம்.சண்முகம் பிள்ளை தெருக்கூத்தை தமிழ் காவியமான சிலப்பதிகாரத்துடன் ஒப்பிட்டு, சிலப்பதிகாரத்தைத் தெருக்கூத்தின் முன்மாதிரி வடிவம் என்று அழைத்தார். சிலப்பதிகாரக் கதை இன்னும் தெருக்கூத்து நடிகர்களால் நிகழ்த்தப்படுகிறது. தெருக்கூத்து நாடகம் சிலப்பதிகாரக் காவியத்தின் ஒவ்வொரு படலத்தின் தொடக்கத்திற்கும் முடிவிற்கும் ஒத்த விதத்தில் தொடங்குகிறது மற்றும் முடிவடைகிறது. மேலும் நடிகர்கள் உரைநடையுடன் குறுக்கிடப்பட்ட வசனத்தில் பாடுகிறார்கள், வசனத்தின் பின்னர் வரும் உரைநடை அதன் விளக்கமாக உரையாடுகிறார்கள். சிலப்பதிகாரம் மற்றும் தெருக்கூத்து இரண்டும் பெண்களின் கற்பு மற்றும் தார்மீக சக்தியை மையமாகக் கொண்டுள்ளன.

வரலாற்று ரீதியாக, தெருக்கூத்து இரண்டு முதல் மூன்று நூற்றாண்டுகளுக்கு மேல் இல்லை. ஆராய்ச்சியாளர் ரிச்சர்ட் ஏ. ஃப்ராஸ்கா அவரது நடிகர் தகவலறிந்தவர்களில் சிலர், தெருக்கூத்து முதலில் செஞ்சிப் பகுதியில் இருந்து வெளிவந்தது என்று நம்பினர் என எழுதினார். இது தென்னிந்தியாவிலிருந்து இலங்கை வரை பரவியது, யாழ்ப்பாணம் மற்றும் மட்டக்களப்பு ஆகியவற்றில் பிரபலமானது.

பிற நாட்டுப்புறக் கலைகளைப் போன்றே இதுவும் தெய்வ வழிப்பாட்டோடு தொடர்பு உடையது. திரௌபதி விழாக்களில், மாரியம்மன் விழாக்களில், சிவன், திருமால், கணேசன் ஆகியோருக்கு எடுக்கப்படும் விழாக்களில் தெருக் கூத்தானது நிகழ்த்தப்பட்டு வருகிறது.

கடலூர், விழுப்புரம் மாவட்டங்களில் நாற்பது கூத்துக் குழுக்கள் உள்ளன. தெருக் கூத்து பார்வையாளர்களின் விருப்பத்திற்கு ஏற்ப மாறுபட்டு நிகழ்த்தப்படுகிறது. தெருகூத்தில் வரும் கதாபாத்திரங்களின் பண்புகளை வண்ணங்களும் ஒப்பனையும் வெளிப்படுத்தும், துரியோதனனுக்கு சிவப்பும், துச்சாதனனுக்கு மஞ்சள், பீமனுக்கு மேகவண்ணமும், கிருஷ்ணனுக்குப் பச்சையும், திரௌபதிக்கு இளஞ்சிவப்பும், அர்ச்சுனனுக்கு நீலமும் தீட்டுவர்.

தெருக்கூத்தில் முதன் முதலாக அரங்கினுள் நுழையும் பாத்திரம் கட்டியக்காரன் ஆவான். அவன் கூத்தின் நடுநாயகமான பாத்திரமாகி, அரசனைப் புகழ்பவனாகவும், தூதுவனாகவும், வேலைக்காரனாகவும், கோமாளியாகவும், பொது மக்களுள் ஒருவனாகவும், மாறிமாறிப் பாடுவான். கூத்தைத் துவக்கி, காட்சிகளை விளக்கி கதைகளைத் தெரியப்படுத்தி அறிவுரைகளைக் கூறி, காலநேரச் சூழல்களை முறைப்படுத்தி வாழ்த்துக் கூறுவதுடன் கூத்தை முடிக்கும் பல வேலைகளையும் செய்கின்றவனாகக் கட்டியக்காரன் தெருக்கூத்தில் இடம் பெறுகிறான். கூத்தின் இறுதிக்கட்டம் பொது வசனம், முடிவுப்பாட்டு, மங்களம் பாடுவதோடு முடியும்.

தெருக்கூத்து இந்தியாவில் தமிழகத்திலும், இலங்கையில் தமிழ் பேசும் பகுதிகளிலும் நடைமுறையில் உள்ள ஒரு தமிழ் தெரு நாடக வடிவமாகும். தெருக்கூத்து என்பது ஒரு வகையான பொழுதுபோக்கு, ஒரு சடங்கு மற்றும் சமூக நிலையைக் கூறும் ஊடகம். தெருக்கூத்து பல்வேறு கருப்பொருள்களைக் கொண்டுள்ளது.

ஒரு கருப்பொருள் இந்து காவியமான மகாபாரதத்தின் தமிழ் மொழி பதிப்புகளிலிருந்து, திரவுபதி என்ற கதாபாத்திரத்தை மையமாகக் கொண்டது. தெருக்கூத்து மற்றும் கட்டைக்கூத்து என்ற சொற்கள் நவீன காலங்களில் பெரும்பாலும் மாறி மாறி பயன்படுத்தப்படுகின்றன. இருப்பினும், வரலாற்று ரீதியாக இரண்டு சொற்களும் இரண்டு வெவ்வேறு வகையான செயல்திறன்களுக்கு இடையில் வேறுபடுகின்றன:

தெருக்கூத்து ஒரு ஊர்வலத்தில் இடம் பெறும் வகையிலான நிகழ்ச்சிகளைக் குறிப்பிடுகையில், கட்டைக்கூத்து ஒரு இரவில், ஒரு நிலையான இடத்தில் நடைபெறும் கதை நிகழ்ச்சிகளைக் குறிக்கிறது.

வரலாறு

"தெருக்கூத்து" என்ற சொல் தெரு மற்றும் கூத்து ("ஒரு வகை நாடகக்கலை") ஆகிய தமிழ் சொற்களிலிருந்து பெறப்பட்டது. கட்டைக்கூத்து அதன் பெயரைக் கட்டாய் என்ற வார்த்தையிலிருந்து பெறப்பட்டது, கட்டாய் என்பது நிகழ்ச்சிகளின் போது நடிகர்கள் அணியும் சிறப்பு ஆபரணங்களைக் குறிக்கிறது.

ஆரம்பகால சிங்கள நாடகம் (திறந்தவெளி நாடகம்) தெருக்கூத்து நாடகங்களை விளக்கக்காட்சி பாணியில் இருந்தது. யாழ்ப்பாணத்தில் உள்ள ஜேசுட் பாதிரியார்கள் போர்த்துகீசிய மரபில் இருந்து கத்தோலிக்க நாடகங்களைத் தெருக்கூத்து பாணியில் வழங்கினர்.

பல அறிஞர்கள் தெருக்கூத்து மற்றும் அண்டை பிராந்திய நாடக வடிவங்களான யட்சகனா மற்றும்

கதகளி போன்றவற்றுக்கு இடையிலான ஒற்றுமையைக் குறிப்பிடுகின்றனர். இருப்பினும், கதகளியைப் போலல்லாமல், இது பொதுவாக ஒரு பாரம்பரிய கலை வடிவத்தை விட ஒரு நாட்டுப்புறக் கலையாகக் கருதப்படுகிறது. சமீபத்திய காலங்களில், சில தெருக்கூத்து குழுக்களும் தொழில்முறை குழுக்களாகச் செயல்படத் தொடங்கியுள்ளன.

பல தெருக்கூத்து நிகழ்ச்சிகள் மகாபாரதத்தில் முக்கியத்துவம் வாய்ந்த திரவுபதி கதாப்பாத்திரத்தை மையப்படுத்தி அமையும். ராமாயணத்தை மையப்படுத்தி தெருக்கூத்து நாடகங்கள் மாரியம்மன் திருவிழாக்களில் நிகழ்த்தப்படுகின்றன. சில நாடகங்களில் உள்ளூர் தெய்வங்களையும் மையப்படுத்தி நடைபெறுகின்றன.

தமிழ் மாதத்தில் முதல் மாதமான சித்திரையில் தொடங்கி இருபத்தி ஒரு நாள் கோயில் திருவிழா உள்ளிட்ட சடங்கு கொண்டாட்டங்களின் ஒரு பகுதியாக தெருக்கூத்து நாடகங்கள் உள்ளன. திருவிழாவின் நடுவில் தெருக்கூத்து நிகழ்ச்சிகள் தொடங்கி, இறுதி நாளின் காலை வரை தொடர்கின்றன.

கூத்து என்பது நாட்டுப்புறக் கலைகளில் ஒன்று. இதனை நாட்டுப்புறக் கூத்துகள் என்றும் கூறுவர். கிராமிய நாடகங்கள் என்றும் குறிப்பிடுவர். பொதுவாக இதில் ஆடல்களும் பாடல்களும், கதையோடு கூடிய கூத்தாகவும் நாடகமாகவும் விளங்கும். சுருக்கமாகச் சொல்வதானால் மேடையின்றி திரைகளின்றி, அதிக ஒப்பனை இன்றி திறந்தவெளி அரங்குகளில் நடைபெறும் நாடகங்களே கூத்தாகும்.

இது கிராமிய மக்களின் வாழ்க்கையை, பண்பாட்டை, நாகரிகத்தை வெளிப்படுத்துவதாக இருக்கும். இதில் நடிக்கும் நடிகர்களைக் கூத்தாடிகள் என்றனர். இந்தக் கூத்து முன் இரவில் துவங்கி விடிய விடிய நடைபெறும். இதனால் தான்

கூத்தாடி கிழக்கே பார்ப்பான்
கூலிக்காரன் மேற்கே பார்ப்பான்

என்ற பழமொழி வந்தது.

கிராமியக் கூத்தில் இயல், இசை, நாடகம் ஆகிய முத்தமிழும் இடம்பெறும். எனினும் பாட்டுக்கே செல்வாக்கு அதிகம். கதை பெரும்பாலும் பாட்டின் வழியே கூறப்படும். இடையில் விளக்கம் கூற உரையாடல் பயன்படுத்தப்படும். மத்தளத்தின் இசைக்கு ஏற்ப நடிப்பர், ஆடுவர், பாடுவர். மத்தள அடிகள் பாத்திரங்கள் வருகையைக் குறிப்பதாக அமையும்.

கூத்தின் இறுதியில் நடிகர்கள் அனைவரும் ஒருசேர மேடையில் தோன்றி பக்திப் பாடல்களைப் பாடி ஆடுவர். பின் தாங்கள் கூத்தாடிய மேடையைத் தெய்வமாக எண்ணி வணங்கி விடைபெறுவர்.

கூத்துகள் பெரும்பாலும் பொழுது போக்கிற்காக இல்லாமல் தெய்வபக்தி, நல்லொழுக்கம், அழகுணர்ச்சி முதலியனவற்றுடன் மக்களுக்குப் பயன்படும் வகையிலும் அமைகிறது.

நாட்டுப்புறக் கூத்துகள் நம்பிக்கையின் அடிப்படையிலும் தெய்வத்திற்கு நேர்த்திக்கடன் செலுத்தும் வகையிலும், திருமணம் ஆகாதவர்கள் விரைவில் திருமணம் நடைபெற வேண்டியும் நடத்தப்படுகின்றன. காமன் கூத்து இதனை உணர்த்துகிறது. காமன் கூத்து நடைபெறும் இடங்களில் விரைவாகத் திருமணம் நடைபெறும் என்பது நம்பிக்கை.

மேலும் இக்கூத்துகளில் புராண நாடகங்களே நடித்துக் காட்டப்படுகின்றன.

அடியார்க்கு நல்லார் கூத்தை அவிநயம், நாடகம் என இரண்டாகப் பிரிக்கிறார். அவிநயம் என்பது குறிப்பிட்ட பாடலுக்கு உடலசைவு செய்து ஆடும் நடனம் என்றும், நாடகம் என்பது ஒரு கதை தழுவி வரும் பாடலுக்கோ அல்லது விரிவுரைக்கோ தக்கவாறு ஆடுதல் என்கிறார்.

கூத்தின் வளர்ச்சியே நாடகம் என்றால் அது மிகையாகாது.

நடக்கும் விதம்

"புத்திசாலித்தனமான மேடை தந்திரங்களுடன்" பாடல், இசை, நடனம் மற்றும் நாடகம் ஆகியவற்றின் கலவையாக தெருக்கூத்து நாடகங்கள் உள்ளன. நடிகர்கள் வண்ணமயமான ஆடைகளை அணிவார்கள். தெருக்கூத்து இசைக்கலைஞர்கள் பயன்படுத்தும் இசைக்கருவிகளில் ஆர்மோனியம், டிரம்ஸ், ஒரு முகவனை (ஓபோவைப் போன்ற ஒரு கருவி) மற்றும் சிம்பல்கள் ஆகியவை அடங்கும்.

ஒரு கோவில், திறந்த மைதானம் அல்லது வேறு ஏதேனும் வசதியான தளத்தின் முற்றத்தில் ஒரு நடிப்பு அரங்கம் அமைக்கப்படுகிறது. செவ்வக அரங்கின் மூன்று பக்கங்களிலும் மக்கள் அமர்கிறார்கள். பாடகர்கள் மற்றும் இசைக்கலைஞர்கள் மேடையின் பின்புறப் பக்கத்திலும், நடிகர்கள் முன் பக்கத்தையும் பயன்படுத்துகின்றனர். இந்துக் கடவுளான விநாயகர் என்ற தோற்றத்தில் ஒரு நடிகருடன் திரைச்சீலை வைத்திருக்கும் இரண்டு பேர் அரங்கிற்குள் நுழைகிறார்கள். இசைக்கலைஞர்களால் விநாயகருக்கு ஒரு பாடலைப் பாடி தொடங்குகிறது, மேலும் பல தெய்வங்களுக்கும் பிரார்த்தனை செய்யப்படுகிறது.

விநாயகராக நடிக்கும் நடிகர் இப்போது அரங்கிலிருந்து வெளியேறுகிறார், கட்டியங்காரன் (ஜெஸ்டர் மற்றும் சூத்திரதாரா அதாவது கதை சொல்பவர்) மேடையில் தோன்றுகிறார். கட்டியங்காரன் நிகழ்த்த வேண்டிய நாடகத்தின் கதையைச் சொல்லி கதாபாத்திரங்களை அறிமுகப்படுத்துகிறார்.

சில நேரங்களில், கதாபாத்திரங்களே தங்களை அறிமுகப்படுத்துக் கொள்கிறார்கள். கட்டியங்காரன் மேடையில் நடக்கும் நிகழ்வுகளுக்கு சூழலை வழங்கியும், காட்சிகளுக்கு இடையில் கேலி செய்தும் காட்சிகளை இணைக்கிறார். நடிகர்கள் இசைக்கலைஞர்கள் ஆதரவுடன் பாடுகிறார்கள்.

ஒரு தெருக்கூத்து நாடகத்தின் உரை ஒரு கருப்பொருளால் தொடர்புடைய பாடல்களின் தொடராகும். ஒவ்வொரு பாடலும் ஒரு ராகத்தில் வழங்கப்படுகிறது, இது ஒரு பாரம்பரிய பாடலின் வடிவத்தில் கட்டமைக்கப்பட்டுள்ளது. இதற்கு முன்னால் விருத்தம், பாடலின் அதே ராகத்தில் நான்கு வரி வசனங்களை உச்சரிப்பது, பாடலுக்குப் பிறகு, ஒரு நடிகர் அதன் அடிப்படையில் ஒரு உரையை வழங்குகிறார்.

○○○

11

ஒயிலாட்டம்

ஒயிலாட்டம் - அழகு, அலங்காரம், சாயல், ஒய்யாரம் எனப் பல பொருள் தாங்கி நிற்கும் ஓயில் என்ற வார்த்தையே, இவ் ஆட்டத்தின் பெயராகியுள்ளது.

இது முற்றிலும் ஆண்கள் சார்ந்த கலை. ஆண்மையின் கம்பீரத்தை உணர்த்தும் இந்தக் கலையாட்டத்தில், பெண்கள் கலந்து கொண்டு ஆடுவதில்லை.

ஒயில் என்ற சொல்லுக்கு அழகு, எடுப்பு, கம்பீரம், அலங்காரம் என்று பொருள். ஆண்கள் மட்டுமே ஆடும் ஆட்டமாக ஒயிலாட்டம் இருப்பதால் கம்பீரமும் எடுப்பும் மிக்க ஆட்டம் என்று ஒயிலாட்டம் பார்க்கப்படுகிறது. ஒரே நிறத் துணியைத் தலையில் கட்டிக்கொண்டு, கையில் ஒரே நிறத்திலான துண்டு ஒன்றை வைத்து இசைக்கேற்ப வீசி ஆடும் அழகான குழு ஆட்டம் இது.

ஒயிலாட்டத்தில் கலந்து கொள்ளும் ஆட்டக்காரர்களுக்கு வயது வரையறை இல்லை. ஒயிலாட்டத்திற்கென்று தனித்த ஒப்பனை முறைகள் உள்ளன. ஒழுங்காகத் தலை வாரியிருப்பார்கள். கால்களில் சலங்கை கட்டிக்கொண்டு, வலது கையில் ஒரே வண்ணத்திலான கைக்குட்டை பிடித்திருப்பதும், தலையில் ஒரே வண்ணத்தில் துணிகளைக் கட்டியிருப்பதும் அவசியம்.

ஆட்டத்தின் வேகத்தைத் தீர்மானிக்க ஆட்ட இலக்கணங்களும் உண்டு. ஆட்டத்தின் வேகத்தைப் பொறுத்தும் அடவுகளின் வேகத்தைப் பொறுத்தும் இதை வகைப்படுத்தியுள்ளனர்.

மெதுவான ஆட்டத்திற்கு தக்கு என்றும் வேகமான அடவுகளுக்கு காலம் என்று பெயர் வழங்கப்பட்டிருக்கிறது. இராமநாதபுரம், சிவகங்கை, விருதுநகர் போன்ற பகுதிகளில் இந்த நடனம் பெரிதும் ஆடப்படுகிறது.

இந்த ஆட்ட அடவுகள், ஆண்மைத் தன்மையை வெளிப்படுத்தும் தன்மை கொண்டவை ஆகும். பத்து முதல் 12 பேர் கொண்ட இந்த ஆட்டத்தில், எதிரெதிர் திசையிலோ, அல்லது நேர்த்திசையிலோ நின்று கொண்டு ஆடுவார்கள். சிறகை விரித்தால் மயிலாட்டம், சேர்ந்து குதித்தால் ஒயிலாட்டம் என்று இக்கலையின் தன்மை வர்ணிக்கப்படுகிறது.

பானைத்தாளம், தவில், சிங்கி, சோலக் போன்ற இசைக்கருவிகளை இந்த ஆட்டத்தில் பயன்படுத்துவதுண்டு. பானைத்தாளம் என்பது, குடத்தில் மாட்டுத்தோலைக் கட்டி இசைக்கப்படும் வல்லிசைக் கருவியாகும். பறைக்குப் பதிலாக இந்தக் கருவியை இசைக்கிறார்கள். இவைகளோடு கலைஞர்கள் காலில் அணிந்திருக்கும் சலங்கை இன்னுமொரு கருவியாக மாறி அடவுக்கேற்ப இசைக்கும்.

இந்த இசைக்கருவிகளைக் கட்டுப்படுத்தி வகைப்படுத்துவதே சிங்கி என்ற இசைக்கருவியின் வேலை. பாடலும், ஆடலும் நிறைந்த இக்கலையில், பாடத்தெரிந்தவருக்கு ஆடத்தெரிந்திருக்கத் தேவையில்லை. பாடலுக்குத் தகுந்தவாறு அடவு வைத்து ஆடற்கலைஞர்கள் ஆடுவார்கள்.

பெரும்பாலும் இராமாயணக் கதைகளே பாடல்களாகப் பாடப்படுகின்றன. இது தவிர பவளக்கொடி கதை, மதுரைவீரன் கதை, முருகன் கதை, சிறுத்தொண்டர் கதை, வள்ளி திருமணக் கதைகளையும் பாடி ஆடுவதுண்டு.

ரெட்டியார் மற்றும் முக்குலத்தைச் சேர்ந்த சில இனத்தினர், இக்கலையை மரபு ரீதியாக நிகழ்த்தினர். இப்போது தலித்துகள் உள்ளிட்ட பிற இனத்தினரும் இக்கலையாடலில் ஈடுபடுகின்றனர். மரபுசார்ந்து இயங்கிய பலர் கிறித்தவ மதத்துக்கு மாறியதன் விளைவாக, கிறிஸ்தவ ஆலயங்களிலும் அண்மைக்காலமாக இக்கலை நிகழ்த்தப்படுகிறது. கிறிஸ்தவ ஆலயங்களில் பைபிள் கதைகளைப் பாடி ஆடுகின்றனர்.

ஒயிலாட்ட முறைகள்

ஒயிலாட்டத்திற்கென்று தனித்த ஒப்பனை முறைகள் உள்ளன. ஒழுங்காகத் தலை வாரியிருப்பார்கள். கால்களில் சலங்கை கட்டிக்கொண்டு, வலது கையில் ஒரே வண்ணத்திலான கைக்குட்டை பிடித்திருப்பதும், தலையில் ஒரே வண்ணத்தில் துணிகளைக் கட்டியிருப்பதும் அவசியம். பெரும்பாலும் கையில் பிடித்திருக்கும் துணி சிவப்பு நிறத்தில் இருக்கும். தலைமையாளர் மட்டும் பச்சை நிறத்தில் பிடித்திருப்பார். வெள்ளை வேட்டியை தார் பாய்ச்சிக்கொள்வதும் மரபாகும்.

தொடக்கத்தில் கை கூப்பி, ஒரு காலை மட்டும் தட்டி கடவுள் வணக்கம் செய்து, அடுத்து தரையைத் தொட்டு அவை வணக்கம் செய்து விட்டு அடவுகளைத் தொடங்குவர். இடையிடையே களைப்பைப் போக்கிக் கொள்ள, பாடல் பாடும் அண்ணாவி விசிலடித்து ஆட்டத்தை நிறுத்திக் கொள்வார்.

பெரும்பாலும் ஒயிலாட்டக்குழுவின் தலைவரோ அல்லது வாத்தியாரோதான் அண்ணாவியாகச் செயல்படுவார். கடைசிப்பாடலுக்கு முன்னர் வாத்தியார் பார்வையாளர்களுக்கு நன்றி சொல்வார். கடைசி அடவு முடிந்ததும் அனைத்துக் கலைஞர்களும் பூமியைத் தொட்டு வணங்கிவிட்டு நிகழ்ச்சியை நிறைவு செய்வார்கள். ஆதி

காலத்தில், குறிப்பிட்ட ஒரு சமூகத்தில் இக்கலையாடலில் சிறந்த ஆண்களையே பெண்கள் மணம் முடிக்க விரும்பியதாகக் குறிப்புகள் உண்டு.

இந்த ஆட்டம் கோயில் திருவிழாக்களின் போதும், முன்னோர்களையும், ஊர்த் தெய்வங்களையும் வழிபடும் போதும் நிகழ்த்தப்படுகிறது.

இந்த ஆட்டத்தில் ஆடுவோர் எண்ணிக்கை இடம், ஆடப்படும் சூழலுக்கு ஏற்ப மாறுபடுகிறது.

மதுரை, இராமநாதபுரம், திருநெல்வேலி மாவட்டத்தில் மறவர்களும், மதுரை மாவட்டத்தில் மலை வேடர், நாயக்கர், வலையர், மூப்பனார், பள்ளர், நாடார், ஆசாரி சேர்வை ஆகிய சமூகத்தைச் சேர்ந்தவர்களிடம் இக்கலை காணப்படுகிறது.

ஒயிலாட்டம் ஆடுபவர்கள் வேட்டியைக் கீழ்ப்பாய்ச்சிக் கட்டிக் கொண்டு, மேலே வெள்ளைச் சட்டையும், இரண்டு அல்லது மூன்று வண்ணத் துணிகளைத் தலையில் தலைப்பாகையாகக் கட்டிக் கொண்டும் வலது கையில் வண்ணத் துணிகளுடனும் காட்சி தருவர். கோயில் சடங்குகளில் ஆடும் பொழுது மேல்சட்டை இல்லாமல் விபூதி, சந்தனம் பூசி, மாலை அணிந்து காட்சி தருவர்.

இவ்வாட்டத்தில் கலந்து கொள்வோர் கச்சம் அல்லது மணிச்சதங்கை அணிந்திருக்க வேண்டும். கூடுதல் மணிகளைக் கட்டிக் கொண்டு, கச்சத்தைக் கட்டிக்கொண்டு நீண்ட நேரம் ஆடுபவர் சிறந்த ஆட்டக்காரராகக் கருதப்படுவார்.

இவர்கள் ஒரு வரிசையாகவோ அல்லது இருவரிசையாகவோ நிற்பர். அண்ணாவி அல்லது வாத்தியார் வரிசைக்கு முன் நின்று ஆட, அவர் வழிகாட்டுதலின் படி மற்றவர்கள் ஆடுவர். ஒன்றுக்கு மேற்பட்டோரும் முன்னால் நின்று ஆடுவதுண்டு.

இந்த ஆட்டத்தில் பாடல் முக்கிய இடத்தைப் பிடிக்கிறது. அண்ணாவி முதலில் பாட அவரைப் பின்பற்றி ஏனையோர் பின்பாட்டுப் பாடுவர். இந்தப்பாடல் முதலில் மந்தகதியில் ஆரம்பிக்கப்பட்டு பின் வேகமெடுக்கும். இந்த ஆட்டத்தின் போது வெண்கலத்தால் ஆன தாளம் பயன்படுத்தப்படும்.

இந்த ஆட்டத்தை அண்ணாவி மேற்பார்வையில் கற்றுக் கொள்வர். பயிற்சிக்குக் கால அளவு கிடையாது. திறமையைப் பொறுத்து கற்றுக் கொள்வர். பொதுவாக பயிற்சி காலம் 3 மாதமாகும். நன்கு பயிற்சியும் அனுபவமும் உள்ளவர் அண்ணாவியாவார்.

பொதுவாக இந்த ஆட்டத்தில் வாய்மொழியாக உள்ள பாடல்களையே பாடி ஆடுவர்.

ஒயிலாட்ட இலக்கணம்

ஆட்டத்தின் வேகத்தைத் தீர்மானிக்க ஆட்ட இலக்கணங்களும் உண்டு. ஆட்டத்தின் வேகத்தைப் பொறுத்து தக்கு, காலம் என்றும், அடவுகளின் வேகத்தைப் பொறுத்து அடி, சாரி, தட்டு என்றும் வகைப்படுத்தியுள்ளனர். தக்கு என்பது மெதுவான ஆட்டத்திற்கான இலக்கணம். வேகமான அடவுகளுக்கு காலம் என்று பெயர். வேகமான அடவுகள் முதலாம் காலத்தில் தொடங்கி மூன்றாம் காலத்தில் நிறைவுறும்.

வாத்தியார் பாடலைப்பாட, குழுவினர் அதே வரிகளைப் பாடி ஆடுவார்கள். மெதுவாகத் தொடங்கும் அடவுகள் மெல்ல, மெல்ல உச்சம் பெறும். தொடக்கம் முதல் இறுதிவரை கலைஞர்களின் அடவுகள் கம்பீரம் குறையாமல் இருக்கும்.

ஆட்டத்தின் எந்தத் தருணத்திலும் கலைஞர்களின் கழுத்துக்கு கீழே, இடுப்புக்கு மேலே உள்ள உடல்பகுதிகள் வளையக்கூடாது. ஒயிலாட்டம் ஆடும்போது காலில் கட்டிய சலங்கை "கெம்பீரிக்க வேண்டும்" என்பது நியதி.

மதுரை, சிவகங்கை, இராமநாதபுரம், திருநெல்வேலி, தூத்துக்குடி, திண்டுக்கல், கோயம்பூத்தூர் மாவட்ட கோவில் விழாக்களில் இப்போதும் அவ்வப்போது ஒயிலாட்டம் நிகழ்ந்து வருகின்றது. மதுரை குருநாதப்பிள்ளை, வாசகம் பிள்ளை ஆகியோர் இக்கலையில் குறிப்பிடத்தக்க கலைஞர்கள்.

○○○

12

பாம்பு ஆட்டம்

பாம்பு ஆட்டம் என்பது ஒரு தமிழர் ஆடற்கலை. பாம்பு போன்ற வேடம் அணிந்து, பாம்பின் அசைவுகளை போன்றும் இந்த ஆட்டம் அமைகிறது. பரதநாட்டியத்தில் இடம்பெறும் பாம்பாட்டமும், இந்த நாட்டுப்புறக் கலையை அடிப்படையாகக் கொண்டதே ஆகும்.

நாகஸ்வரத்தில் வாசிக்கப்படும் மகுடி இசைக்கு ஏற்ப வளைந்து நெளிந்து பெண்களால் ஆடப்படும் ஆட்டம் பாம்பு நடனம் எனப்படும். இது கரகாட்டத்தின் துணைநிலை ஆட்டமாகக் கூறப்படுகிறது.

கரகாட்டத்திற்குரிய அதே இசைக்கருவிகளே இந்த ஆட்டத்திலும் பயன்படுத்தப்படுகிறது. நாகஸ்வரத்தில் மகுடி இசை வாசிக்கப்படும். இதர இசைக் கருவிகள் மெல்ல வாசிக்கப்படும்.

நாதஸ்வர இசைக்கு ஏற்ப பாம்பு நடனம் ஆடுவர். பாம்பு படம் எடுப்பது போலவும், சுழன்று ஆடுவது போலவும், வளைந்து நெளிந்து செல்வது போலவும் ஆடுவர். சிறிது நேரம் ஆடி முடித்த பின்னர் நகைச்சுவை நடிகர் கையில் ஒரு குச்சியை வைத்துக் கொண்டு மகுடி வாசிப்பது போல பாவனை செய்வார்.

பாம்பு நடனமாடும் பெண் நகைச்சுவை நடிகர் முன்பு சென்று ஆடுவார். வட்டமாகச் சுற்றி ஆடும்போது இசைக்கலைஞர்களைக் கொத்தப் போவது போல பாவனை செய்வார். நகைச்சுவை நடிகர் மகுடி வாசிப்பதை நிறுத்தியதும் ஆட்டகாரரர் அவரைக் கொத்துவது போல பாவனை

செய்து விட்டு ஆடுகளத்தை விட்டு வெளியேறி விடுவார். நகைச்சுவை நடிகர் இறந்தவர் போல நடிப்பார்.

இந்த நிகழ்வில் நகைச்சுவை நடிகர், கரகாட்டக்காரர்கள், குறவன் குறத்தி ஆட்டக்காரர்கள், இசைக் கலைஞர்கள் என அனைவரும் பங்கு பெறுவர். இது ஒரே ஆட்டத்தினைக் கண்டு கொள்ளாமல் இடையே வித்தியாசம் காட்ட இடையில் வந்த நடனக்கலை என்பர். பல திரைப்படங்களில் இந்த ஆட்டம் இடம்பெற்றுள்ளது.

'எந்தன் உள்ளம் துள்ளி விளையாடுதே'
'ஆடுபாம்பே'

போன்ற திரை இசைப்பாடல்கள் இந்த நடனத்தில் இடம் பிடிக்கிறது.

○○○

13

புலி ஆட்டம்

புலி வேடமிட்டு ஆடப்படும் ஆட்டம் புலி ஆட்டம் ஆகும். வரிப் புலி போல் மஞ்சள், கறுப்பு, இளஞ்சிகப்பு வண்ண பூச்சுக்களை உடல் முழுவதும் பூசுவர். புலி முகமுடைய முகமூடி, புலிக்காது, புலிவால், புலி நகங்கள் ஆகியவை அணிவர். காலில் சலங்கையும் கட்டுவர். இந்த ஆட்டம் தமிழ்நாட்டில் மட்டுமல்லாமல் கர்நாடகம், ஆந்திரப்பிரதேசம், கேரளா போன்ற பிற மாநிலங்களிலும் ஆடப்படுகிறது.

ஊர்வலங்களிலும், உற்சவங்களிலும், ஆன்மீக, சமூக விழாக்களிலும், மொகரம், ஓணம் பண்டிகைகளிலும் நிகழ்த்தப்படும் 'புலியாட்டம்' ஒரு நிகழ்கலை யாக விளங்குகின்றது.

நிகழ்கலை என்பது ஒருவரோ, ஒரு குழுவினரோ பிறருக்காக பாடியோ, ஆடியோ, நடித்தோ, சொல்லியோ காட்டுவது. பிறருக்கு நிகழ்த்திக் காட்டுவதால் நிகழ்த்துதல் என்று பெயர் பெற்றது.

புலிபோல வேடமிட்டு ஆடுவதைப் புலியாட்டம், புலிவேஷ ஆட்டம் என்று அழைப்பார்கள். தமிழகத்தின் அனைத்துப்பகுதிகளிலும் புலியாட்ட நிகழ்ச்சிகள் நடத்தப்படுகின்றன. புலியாட்டம் சாதி, சமய, இன, மொழி எல்லை ஆகியவற்றைக் கடந்து ஆடப்படும் ஆட்டம்.

புலி பற்றிய அறிவும், புலியின் இயல்பும் புலியாட்டத்தை ஆடுபவனுக்குத் தெரிந்திருக்க வேண்டும். ஏனெனில்,

மனிதனின் ஆட்டத்தை மனிதன் பார்த்து ஆடும் ஆட்டமல்ல; புலியின் இயல்பை மனிதன் கற்று ஆடப்படும் ஆட்டம்.

புலியாட்டக்காரர் புலியின் செய்கைகளை, இயல்புகளை தன் கைகளின் அசைவுகளாலும், முகபாவத்தாலும் காண்போர் கண் முன்னே புலியாகவே ஆடிக் காட்டுவார்கள்.

புலி போல உறுமிக்கொண்டு பதுங்கியும், அங்கும் இங்கும் பாய்ந்தும் ஆடும் ஆட்டம் குழந்தைகளுக்கு பயத்தை உண்டாக்குவது போல இருக்கும். இளைஞர்களுக்கு ரசிக்ககூடியதாக இருக்கும். சிறுவர்களை அதிகம் கவரும். தரையோடு தரையாகப் பதுங்குவது, ஒளிவது, உடம்பையும் பாதங்களையும் நக்குவது போன்ற அசைவுகளை மேளத்தாளத்திற்கு ஏற்ப செய்வது எனக் காண்போரை தம் நடிப்பால் வியக்க வைப்பார்கள்.

புலியாட்டம் சிலம்பாட்டத்துடன் கலந்து ஆடும் வழக்கமும் உண்டு. ஒன்று முதல் நான்கு வரை உள்ள சிலம்பாட்ட அடிகள் அப்படியே புலியாட்டத்தில் இடம் பெறுகின்றன. அதனால் தான் சிலம்பாட்டத்திற்குரிய பக்க இசை அப்படியே புலி ஆட்டத்திற்கும் பொருந்துகிறது. புலி ஆட்ட கலைஞரும், சிலம்பாட்ட கலைஞரும் உபயோகிக்கும் கால் வைப்பு முறைகளும் ஒன்றாகவே இருக்கும். புலியின் மிக மெதுவான பம்முதலையும் மிக விரைந்த பாய்ச்சலையும் இந்த கால் வைப்பு முறை நமக்குக் காட்டுகிறது.

புலிக்கு இரட்டை வால் இல்லை. ஆனால் புலிவேடம் போடும் கலைஞர்களில் சிலர் இரட்டைவால் கட்டும் பழக்கம் தென் தமிழகத்தில் உள்ளது. ஒருவர் இரட்டை வால் கட்டினால் தன்னை எதிர்க்க யாருமில்லை என்று சவால் விடுவதாக பொருள். இரட்டை வால் கட்டி வருவோருக்கு பல சோதனைகள் வைக்கப்படும். அவற்றில் வெற்றி பெறுபவரே இரட்டைவால் கட்டத் தகுதியுடையவர்கள் என ஏற்றுக்கொள்ளப்படுவார்கள்.

சேலம் பகுதிகளில் உள்ள புலி ஆட்டக்கலைஞர்கள் பக்க இசையில் வாசிக்கப்படும் தாளப்போக்கிற்கேற்ப ஆடுவார்கள். பெரும்பாலும் சிலம்பாட்ட கால்வைப்பு முறைகளையே பின்பற்றுவார்கள். சென்னைப்பகுதிகளில் உள்ள கலைஞர்கள் புலியின் செயல்களைப்போலவே அதிகம் செய்வார்கள். தாக்க வருபவரை அடித்துக் குதறுதல் போன்ற செயல்களைச் செய்வார்கள். தமிழகத்தின் பெரும்பாலான பகுதிகளில் உள்ள கலைஞர்கள் முதலில் தரையைத் தொட்டு வணங்கி பின்பு ஆட்டத்தைத் தொடங்குவார்கள்.

புலிவேடம் போட நாமக்கட்டியை நீரில் குழைத்து உடல் முழுவதும் பூசிக்கொள்வார்கள். அது உலர்ந்தபின் அதன் மேல் பிற வண்ணங்களைப் பூசுவர். வேறு சிலர், முதல் நாள் வடித்த அரிசிக்கஞ்சியில் கருவேல மரப்பிசினை கலந்து ஊறவைத்து அதில் வண்ணங்களைக் குழைத்து பூசிக்கொள்வர். புலி வேடத்திற்கு வண்ணம் பூச பிரத்யேக ஒப்பனைக்காரர்கள் இருக்கிறார்கள். சில நேரங்களில் புலி வேடக்காரர்களே ஒருவருக்கொருவர் ஒப்பனை செய்து கொள்வதும் உண்டு. இந்த வேலைக்கு பல மணிநேரங்கள் கூட ஆகும். புலியின் உடல் வண்ணங்களை போலவே

மஞ்சள் நிறமும் கருப்பு வரிகளும் தீட்டப்படும்.

கலையிலிருந்து தான் சினிமா தோன்றியிருந்தாலும், சினிமாக்களில் புலியாட்டத்தையும் புலியாட்ட கலைஞர்களையும் சிறப்பாகக் காட்டியதில்லை. வெகுசில படங்களில் மட்டுமே பாடல்காட்சிகளில் புலியாட்டத்தைக் காட்டுகிறார்கள்.

புலி ஆட்டத்தை ஒத்து, கரடி ஆட்டம், மாடு ஆட்டம், கிளி ஆட்டம் போன்ற பிற ஆட்டங்களும் உண்டு.

வால்புலி

புலியின் வால் நீண்டதாகக் கட்டப்பட்டு அதனை வால்பிடிப்பவர் தூக்கிக்கொண்டு அங்குமிங்கும் ஓட விளையாடுதல் இதன் நாட்டுப்புற விளையாட்டு ஆகும்.

புலி போன்று வேடம் புனைந்தவரும் வேட்டைக்காரர் போல வேடம் புனைந்தவரும் சேர்ந்து ஆடும் ஆட்டம் புலி ஆட்டம் ஆகும். இசைக்கு ஏற்ப இதனை ஆடுவர்.

வேலூர் பகுதிகளில் புலி வேடமிட்டு குச்சி சுழற்றி விளையாடுவதை தாளம் என்கின்றனர். கன்னியாக்குமரி மாவட்டத்தில் புலியை கடுவா என்பர். எனவே இந்த ஆட்டத்தினை கடுவா ஆட்டம் என்கின்றனர்.

பொதுவாக இருவர் ஆடுவர். ஒருவர் புலி வேடமிட்டும் மற்றவர் புலி வேடமின்றியும், அல்லது இருவரும் ஒப்பனையுடன் ஆடுவர். இதில் ஒருவரை புலி என்றும் மற்றவரை எதிர் புலி என்றும் கூறுவர். இதற்கு வயது வரம்பு ஏதும் கிடையாது.

முகம் முழுவதும் மஞ்சள் நிறமும், மூக்கின் கீழ்ப்பகுதியிலிருந்து தாடை வரை சிவப்பு நிறமும், பூசுவர். அதனை ஒட்டி கருப்பு நிறத்தால் வெளிப்புறம் கோடு போடுவர். தலையில் புலியின் நிறம் கொண்ட தோல் அல்லது தடித்த துணியால் செய்த தொப்பியை அணிவர். இடுப்பில் துணியால் வால் போல் செய்து அதற்கும் புலி வாலைப்போல வண்ணம் தீட்டுவர். இடுப்பில் ஜட்டி

அணிந்து அதன் மீது லங்கோடு கட்டி அதில் புலிவால் பொருத்தப்படும். தலையில் வைக்கும் தொப்பியை புலியின் காது இருப்பது போல வடிவமைத்திருப்பர். இது சாதாரண புலி வேடம் அணிவது ஆகும். இராசாங்கப் புலி வேடம் என்பது இதிலிருந்து முற்றிலும் மாறுபட்டுக் காணப்படும்.

புலிபோல் ஒப்பனை செய்வதில் உள்ள சிரமத்தினைக் கருத்தில் கொண்டு புலித் தோல் போன்ற துணிகளை அணிந்து ஆடுவதும் உண்டு. இந்த ஆட்டத்தில் பாடல் ஏதும் இடம் பெறாது.

இரு தாசா சட்டிகளும் ஒரு டோலும் இசைக்கருவியாகும். மண்ணால் செய்யப்பட்ட சட்டியில் ஆடு அல்லது எருமைக் கன்றின் தோலைக் கட்டுவது தாசா கருவியாகும். இதிலிருந்து 'கும்' என்ற ஒலி வரும்.

புலியின் நடவடிக்கைகளைப் பார்வையாளர்கள் கண்முன்னே கொண்டு வந்து காட்டுவது தான்

ஆட்டக்காரரின் திறமை. புலியாட்டக்காரர் புலியின் செயல்களை இயல்புகளைத் தன் கண் அசைவு, உடலசைவு, முகபாவம் முதலியவற்றால் வெளிப்படுத்தி தன்னை ஒரு புலியாகப் பார்ப்பவர் கண்முன், உள்ளத்தில் நிலை நிறுத்துவார்.

புலிகளுக்கிடையே சண்டை, சேட்டை செய்தல், பதுங்குதல், பாய்தல், ஆட்டைக் கண்டதும் பதுங்கி பின் பாய்ந்து தாக்குதல், உறுமுதல் போன்றவற்றை புலி போல் தத்ரூபமாகக் காட்டி நடிப்பர்.

மேலும் இதனிடையே சிலம்பம், சுருள்வாள் சுழற்றுதல், தீப்பந்த விளையாட்டுகளும் நடைபெறும்.

முதலில் இசுலாமியர்களின் முகரம் பண்டிகையின் போது மட்டுமே ஆடப்பட்டு வந்தது. இப்போது எல்லாப் பண்டிகைகளின் போதும் கிராமப்புறங்களில் இந்தப் புலியாட்டம் நடத்தப்படுகின்றது.

○○○

14

பறை ஆட்டம்

பறை ஆட்டம் என்பது தமிழர்களின் பாரம்பரியமான நடனம் ஆகும். பறையாட்டம் உணர்ச்சி மிக்கது. மற்றும் எழுச்சி மிகுந்தது. அதிர்ந்தெழும் பறையின் ஓசைக்கேற்ப ஆடக்கூடியது என்பதால் பறையாட்டம் கிளர்ந்தெழும் உடல் அசைவுகளைக் கொண்டது. ஆதி மனித சமூகம் தங்கள் கூடுதலுக்காகவும், தங்கள் குழுவுக்கு ஆபத்துக்களை உணர்த்தவும், விலங்குகளிடம் இருந்து தங்களைத் தற்காத்துக் கொள்ளவும் எழுப்பிக் கொண்ட சத்தம்தான் பறையாட்டத்தின் மூலம் எனக் கருதப்படுகிறது. ஆவேசம், மகிழ்ச்சி, உற்சாகம் என உணர்ச்சிகளை எழுப்பி, கேட்போரை ஒரே நேர்க்கோட்டில் இணைக்கும் சக்தி வாய்ந்தது இது. பறை என்ற இசைக்கருவியை இசைத்து ஆடப்படுவதால் இது பறையாட்டம் என்று அழைக்கப்படுகிறது. இது ஒரு போர் இசைக்கருவியாகும். போர்ப்பறை என்றும் அழைக்கிறார்கள்.

இறுதிச்சடங்கில் பறையாட்டம்

விலங்குகளைக் கொன்று தின்று மிஞ்சிப்போகும் தோலை எதிலேனும் கட்டிவைத்து, காய வைத்து மனம் போன போக்கில் அடித்து ஆடிய ஆட்டந்தான் காலப்போக்கில் கலைவடிவமாகவும், வாழ்வியல் உணர்ச்சிகளை உணர்த்தும் சத்தமாகவும் மாறி, திருமணம், இறப்பு, சிறு தெய்வ திருவிழா நிகழ்வுகள் என மக்களின் அன்றாட வாழ்க்கையின் அத்தனை சுக துக்கங்களிலும இடம் பெறும் கலையாகியது. ஆரிய வருகைக்குப் பின் வருணாசிரம சமூக அடிப்படை மேலோங்கிய தருணங்களில், கடினமான, இசைக்கச்

சிரமமான இசைக்கருவிகளைப் பிறருக்கும், இலகுவான இசைக்கருவிகளைத் தங்களுக்குமாக மேலாதிக்கவாதிகள் பிரித்துக் கொண்டனர். மேலும் தொழில் சார்ந்த சாதியக் கோட்பாடு, கலை நிகழ்த்துவோரையும் சாதி சார்ந்து பிரித்து வைத்தது. அதன்படியே ஆதி திராவிடத் தமிழர்களின் கலையாக பறை ஆட்டம் ஒதுக்கப்பட்டது. தாழ்த்தப்பட்டவர்கள் எனச் சொல்லி பலநூறு ஆண்டுகள் அடக்குமுறைக்கு உள்ளாக்கப்பட்ட சமூகங்கள், உரிய கல்வி கிடைக்காமல், நாகரீக நீரோட்டத்தில் இணைய முடியாமல் தவித்த தருணங்களில், அவர்களின் வாழ்க்கை முறையையே காரணமாகக் கூறிய நவீன சமூகம், அவர்களின் வாழ்வோடு கலந்திருந்த பறையாட்டத்தை, சாவுமேளம், தப்பாட்டம் என முத்திரை குத்தியது.

ஒரு கட்டத்தில் பறையடித்தல் என்பது சாதியக் குறியீடாகவும், அடிமைத்தனத்தின் அடையாளமாகவும் மாறிவிட, அச்சமூகத்தின் விடுதலை வேட்கை கொண்ட இளைஞர்கள் பறையடித்தலை அவமானமாகக் கருதத்

தொடங்கினர். இவ்விதம் மெல்ல, மெல்ல அக்கலை அழியும் நிலைக்கு வந்தது. சிறுதெய்வ வழிபாட்டு ஆலயங்களில் பால்குடம், பூக்குளித்தல், தீச்சட்டி எடுத்தல் போன்ற நிகழ்ச்சிகளில் இக்கலை நிகழ்வதுண்டு. இடைக்காலத்தில் பெருவாரியான ஆதி திராவிட மக்கள் கிறிஸ்தவ மதத்துக்கு மாறியதன் விளைவாக செபஸ்தியர், அந்தோணியர், ஆரோக்கியமாதா, வியாகுலமாதா, சந்தியாகப்பர் போன்ற கிறிஸ்தவ கோவில்களிலும் இக்கலை நிகழ்த்தப்படுவதுண்டு.

ஒவ்வொரு நிகழ்ச்சிக்கும், ஒவ்வொரு உணர்ச்சிக்கும் தனித்தனி அடிவகைகள் உள்ளன. சப்பரத்து அடி, டப்பா அடி, பாடம் அடி, சினிமா அடி, ஜாயிண்ட் அடி, மருள் அடி, சாமிச்சாட்டு அடி, ஒத்தையடி, மாரடிப்பு அடி, வாழ்த்தடி எனப் பல வகை அடிகள் உள்ளன. இக்கலைக்கெனப் பலர் இலக்கணங்களையும் வகுத்துள்ளனர். நேர்நின்று, எதிர்நின்று, வளைந்து நின்று ஆடுதல், அடிவகைகளை மாற்றுதல் எனப் பார்வையாளனை ஈர்க்கத்தக்க இரசனை மிகுந்த கலையாடல்கள் இதில் உண்டு. தஞ்சாவூர், மதுரை, திண்டுக்கல் பகுதிகளில் தப்பிசைக் கருவியோடு துணைக்கருவியாகத் தவில் பயன்படுத்தப்படுகிறது. தென்மாவட்டங்களில் டிரம் பயன்படுத்துகிறார்கள்.

தமிழகத்தில் தஞ்சாவூர், திண்டுக்கல், மதுரை மாவட்டங்களில் இக்கலைஞர்கள் அதிக அளவில் வாழ்கிறார்கள். கோயில் சார்ந்த நிகழ்ச்சிகளிலும் வாழ்க்கை வட்ட சடங்குகளிலும் அரசியல் பிரச்சாரங்களிலும் இக்கலை நிகழ்த்தப்படுகின்றது. ஆண்களால் மட்டுமே நிகழ்த்தப்பட்ட இக்கலையினை பெண்களும் தற்போது ஆடி வருகின்றனர்.

பண்டைய காலத்தில் வாழ்ந்த தொல்குடித் தமிழர்களின் நிலவியல் பாகுபாட்டின் அடிப்படையிலும் பறை பயன்படுத்தப்பட்டதாக வரலாறு உண்டு. குறிஞ்சிப் பறை, முல்லைப் பறை, மருதப் பறை, நெய்தல் பறை, பாலைப்

பறை என ஐந்திணைகளிலும் பறை முழக்கிய செய்திகள் காணப்படுகின்றன. 'பறை' என்ற சொல் இசைக் கருவியையும் செய்தியை அறிவிக்கும் முறையையும் குறித்தது எனத் தொல்காப்பியம் கூறுகிறது.

கருவியின் அமைப்பு :

மரக்கட்டையால் செய்யப்பட்ட வட்டவடிவமான சட்டகத்தில் புளியங்கொட்டையில் இருந்து தயாரிக்கப்பட்ட பசையினைக் கொண்டு, பதப்படுத்தப்பட்ட மாட்டுத்தோலை இழுத்து ஒட்டி ஆக்கப்பட்டது. பறையின் மூன்று அடிப்படைப் பாகங்கள் உள்ளன. வட்டச் சட்டம், மாட்டுத்தோல், சட்டத்தின் உட்புறத்தில் பொருத்தப்படும் உலோகத் தகடு ஆகியவை. *35* செ.மீ. விட்டம் கொண்ட வட்டச் சட்டத்தில் தோல் இழுத்துக் கட்டப்பட்டு ஒட்டப்பட்டிருக்கும். சட்டம் பொதுவாக வேப்பமரத்தில் செய்யப்பட்டிருக்கும்.

இசைக்கும் முறை

தப்புக் கருவியினை இசைக்க இரு விதமான குச்சிகள் பயன்படுத்தப்படுகின்றன. இடது கையில் வைத்திருக்கும்

குச்சி 'சிம்புக் குச்சி' அல்லது 'சிண்டுக்குச்சி' எனப்படும். இது மூங்கிலால் ஆனது. இது 1¼ அடி நீளமும் ஒரு செ.மீ. அகலமும் கொண்டது. வலது கையில் வைத்திருக்கும் குச்சிக்கு 'அடிக்குச்சி' அல்லது 'உருட்டுக் குச்சி' எனப் பெயர். இது பூவரசு மரக்குச்சியாலானது.

இது அரை அடி நீளமும் 3 செ.மீ. சுற்றளவும் கொண்டது. சிம்புக்குச்சி நீண்ட தட்டையானதாகவும், அடிக்குச்சி குட்டையாகப் பருத்தாகவும் இருக்கும். கட்டை விரல் மற்ற விரல்களால் பிடித்துக் கொண்டு கீழ்ப்புறத்தில் இருந்து அடிப்பர். இடது கையில் கட்டை விரல் ஆள்காட்டி விரலால் நீண்ட குச்சியைப் பிடித்துக் கொண்டு மேல் பகுதியிலிருந்து அடிப்பர்.

அடிக் குச்சியால் தப்புவின் மையத்தில் அடிப்பது ஒருவகை அடி. தப்பினைப் பிடித்துள்ள இடக்கையில் வைத்துள்ள சிம்புக் குச்சியால் அடிப்பது இரண்டாம் வகை. இவைதான் அடிப்படை அடிமுறைகள் ஆகும்.

சொற்கட்டு

பண்டைய இசைக்கருவிகள் சொற்கட்டு எனப்படும் மெட்டுகளை அடிப்படையாகக் கொண்டவை. இந்த சொற்கட்டு அனுபவ வாயிலாகவே கிடைக்கும். இவை எழுதி வைக்கப்படுவதில்லை. பயிற்சியின் மூலமே கைவரப் பெறும்.

டன்டனக்கு டனக்குனக்கு
டன்டன்டன் டன்டனக்கு
ரக்கட்ட ரக்கட்ட ரக்கட்ட
ரண்டக்க ரண்டக்க ரண்டக்க

என்ற வகையில் சொற்கட்டுகள் அமைகின்றன. இவை அடிப்படை அடிகளைத்தான் சுட்டுகின்றனவே தவிர மெட்டுகளை அல்ல.

விறைப் போற்றுதல்

பறை மாட்டுத் தோலால் செய்யப்படுவதால் இசைக்க ஆரம்பிக்கும் முன்பாக பறையை தீயில் காட்டுவார்கள். அது தோலில் உள்ள ஈரப்பதத்தை நீக்கி தோலை இறுகச் செய்யும். இதனால் தோல் உறுதியாகி உயர் சுருதியில் ஓசையை எழுப்பும்.

பறையாட்டம்

பறையோடு இணைக்கப்பட்ட தோலை இடது பக்கக் கைக்குள் கொடுத்து மாட்டிக் கொள்ள வேண்டும். இதனால் பிடிப்பது எளிதாகும். அதனால் பறையுடன் நிற்கலாம், நடக்காலம் நடனமும் ஆடலாம்.

இந்தப் பறையின் துணை கொண்டே பண்டைய கால வாழ்க்கை முறை அமைந்திருந்தது.

போருக்குப் புறப்பட, வெள்ளத்தை அடக்க, உழவர்களை ஒன்று கூட்ட, வெற்றி தோல்வியை அறிவிக்க, உழவுப்பணி செய்பவர்களை ஊக்கப்படுத்த, விதைக்க, அறுவடை செய்ய, விலங்குகளை விரட்ட, அரசு செய்தியை மக்களிடம் தெரிவிக்க, வழிபாட்டில், கூத்துகளில், விழாக்களில், இறப்பில் எனப் பலவகையாகப் பயன்படுத்தப்பட்டுள்ளன.

பொதுவாக பெண்கள் பறையாட்டம் ஆடுவதில்லை. ஆனால் இப்பொழுது பெண்களும் காலில் சலங்கை கட்டி அழகிய உடலசைவுகளுடன் மிகச் சிறப்பாகப் பறையாட்டம் ஆடுகின்றனர். முழுக்க முழுக்க பெண்களைக் கொண்ட தப்பாட்டக்குழு ஸ்ரீ வில்லிப்புத்தூரில் உள்ளது பெருமைக்குரியது.

○○○

15

கரகாட்டம்

ஒவ்வொரு ஆண்டும் இந்தியத் தேசிய சுதந்திரதின அணிவகுப்பில் தமிழகத்தின் சார்பாக ஆடப்படும் கலாசார நடனங்களில் இந்தக் கரகாட்டமும் ஒன்றாகும்.

தமிழ்நாட்டின் மிக முக்கியமான மற்றும் பழமையான நடன வகையைச் சேர்ந்தது கரகாட்டம். மழைக்குக் காரணமாக தமிழக மக்கள் வழிபடும் மழை கடவுளான மாரியம்மனுக்கு நேர்த்திக்கடன் செலுத்துவோர் இந்த நடனத்தை ஆடி அம்மனின் அருள் பெறுகின்றனர். மாரியம்மனுக்கு ஆடி மாதத்தில் கரகம் எடுப்பது தமிழ் நாடெங்கும் உள்ள வழக்கமாகும். மலர்களைக் கொண்டு அழகான ஒப்பனை செய்யப்பட்ட குடத்தைத் தலையில் வைத்துக் கொண்டு ஆடும் ஆட்டம் கரக ஆட்டமாகும். இறைவழிபாட்டுடன் தொடர்பு உடையது இந்தக் கலை. பல்வகை வண்ண மலர்களால் போர்த்தப்பட்டு அழகாகச் செய்யப்பட்டிருக்கும். இந்தக் கரகாட்டத்தில் ஆண்கள், பெண்கள் ஒன்றாக ஆடுவது பல அடுக்குகள் கொண்ட கரகத்தைத் தலையில் தாங்கி ஆடுவது கரகாட்டத்தின் தனிச்சிறப்பு.

தமிழ்க் கலாச்சாரத்தில் இதுபோன்ற நடனங்களின் வாயிலாக பண்டைய கால வாழ்க்கைமுறை மற்றும் வரலாறு தொன்று தொட்டு பின்பற்றப்பட்டு அடுத்த தலைமுறைக்கு எடுத்து சொல்கின்றன. தமிழ்நாட்டின் பழம்பெரும் இதிகாசங்கள் மற்றும் பாடல்களில் இந்தக் கலையைப் பற்றி குறிப்புகள் இருக்கின்றன. சமீபத்திய தொல்லியல் ஆராய்ச்சிகளிலும் இது சம்பந்தமான கல்வெட்டுகளும்,

சித்திரங்களும் கண்டுபிடிக்கப்பட்டதில் இருந்து இந்தக் கலை பன்னெடுங்கால வரலாற்றை உடையது என நாம் அறிந்து கொள்ளலாம்.

நையாண்டி மேளம் :

நையாண்டி மேளம் என்று கூறினாலும் மக்களில் பலர் மேளம், கொட்டு என்றே கூறுகின்றனர். இது தமிழகம் முழுவதும் பரவலாகக் காணப்பட்டாலும் தென் தமிழகத்தில் சிறப்பாகக் காணப்படுகிறது. கோவில் திருவிழாக்களில் இதனைக் கண்டும் கேட்டும் மகிழலாம். மக்களை மகிழ்விக்கும் கலை என்பதால் நையாண்டி மேளம் என்ற சிறப்புப் பெயரைப் பெற்றது. இசைக் கருவிகள் மூலமும், இசைப்பவர் மூலமும் நையாண்டி செய்து பார்வையாளர்களை மகிழ்விக்கும் கலை என்பதால் இப்பெயர் பெற்றது. நாட்டார் தெய்வக் கோவில், சாமியாட்டம், கரகாட்டம் இவற்றின் போது இம்மேளம் வாசிக்கப்படுகிறது.

கரகாட்டத்தின் போது நையாண்டி மேளம் பக்க இசையாக நிகழ்த்தப்படுகிறது. நையாண்டி மேளத்தில் இரு நாகசுரம், இரு தவில்கள் முக்கிய இசைக் கருவிகளாகும். பம்பை, உறுமி, கிருகிட்டு, கோந்தளம் போன்ற இசைக் கருவிகள் பக்க இசையாகவும் பயன்படுகின்றன. இதை

இசைக்கும்போது நாகசுர, தவில் கலைஞர்களும் கரகம் ஆட்டக் கலைஞர்களும் ஒருவரை ஒருவர் கேலியும் கிண்டலும் செய்து கொண்டு ஆட்டக் கலைஞர்களுடன் இணைந்து ஆடியபடி இசைப்பதால் இது நையாண்டி மேளம் என அழைக்கப்படுகிறது.

இம்மேளம் உற்சாகம் தரும் துள்ளல் தன்மை கொண்டது. கேட்பவர்கள் உணச்சியைத் தூண்டும் வகையில் இருப்பது சிறப்பு.

இது தனியாகவும் பிற கலைகளுடன் சேர்த்தும் நிகழ்த்தப்படுகிறது. நையாண்டி என்பதற்கு கேலி, கிண்டல் எனப் பொருள். இசைக் கருவிகள் மூலமும் இசைப்பவர் மூலமும் நையாண்டி செய்து பார்ப்பவர்களை மகிழ்விக்கும் கலை. இது குறிப்பாக எதிரே ஆடுபவர்களை நையாண்டி செய்து நிகழ்த்துவதாகும்.

நாட்டுப்புறத் தெய்வக் கோயில் விழாக்களிலும், சாமியாட்டம், கரகாட்டம் இவற்றுடன் இசைக்கப்படுகிறது. கோவில்களில் சாமியாடுபவர்களின் உடலில் சாமியை வரவழைக்கவும் இது இசைக்கப்படுகிறது.

கரகாட்டம்

கிராமத்துக் கோவில்களில் சினிமா பாணியில் மாறுபாடுகளுடன் இப்போது கரகாட்டம் வேறுமாதிரியான விளைவுகளை ஏற்படுத்தி இருந்தாலும், பரதநாட்டியம், குச்சிபுடி போன்ற இந்திய கலைகளுடன் இணைந்து இந்தக் கலை மென்மேலும் வளர்ச்சி அடைந்து வருகின்றன.

நாகரிக வளர்ச்சி மற்றும் சினிமாவின் தாக்கத்தினால் இதனை ஆடும் கிராமத்துக் கலைஞர்களின் வாழ்வாதாரம் பாதிப்படைந்த போதிலும், இந்தக் கலை புதிய புதிய மாறுதல்களுக்கு உட்பட்டு வளர்ச்சி அடைய வேண்டும்.

ஒவ்வொரு கிராமத் திருவிழாக்கள், பொங்கல் பண்டிகை விழாக்களில் இந்தக் கலை நடனம் இடம் பெற்று வருகிறது.

அலங்கரிக்கப்பட்ட செம்பு அல்லது பித்தளை குடத்தைத் தலையில் வைத்துக்கொண்டு நாதஸ்வரம் மற்றும் தவில்

இசைக்கு ஏற்றவாறு குடம் கீழே விழாதவாறு பெண்கள் மற்றும் ஆண்கள் ஆடும் ஆட்டம் கரகாட்டம் எனப்படும். கரகாட்டம் தமிழ் நாட்டின் தலைசிறந்த நாட்டுப்புற நடனங்களில் ஒன்றாக விளங்கி வருகிறது.

கரகம் என்ற சொல் தொன்மையான நூல்களில் இடம் பெறுகிறது. தொல்காப்பியத்தில், நூலே கரகம் முக்கோல் மனையே (தொல், பொருள், இளம், நூற்பா, 615) என்று குறிப்பிடப்பட்டுள்ளது. இதன் வாயிலாக, கரகம் என்ற சொல் பல நூற்றாண்டுகளாகப் புழக்கத்தில் இருந்தது தெரிகிறது.

கரகம் இரண்டு விதமாக இருக்கிறது. ஒன்று சக்தி கரகம். மற்றொன்று ஆட்டக்கரகம். கோவில் திருவிழாவின் பொழுது, பூசாரி கரகத்தை அலங்கரித்துத் தன் தலையில் சுமந்து வருதல் சக்திக் கரகம் எனப்படும். பொது நிகழ்வுகளில் அலங்கரிக்கப்பட்ட சொம்பை தலையில் வைத்து ஆடுவது ஆட்டக் கரகம்.

சொம்பின் வாய்ப் பகுதியில் தேங்காயை வைத்து, அதன் மேல் குடை போன்ற அலங்காரமும் இதில் வைக்கப்படுகிறது. அதன் மேல் ஒரு கிளிப் பொம்மை செருகி இருக்கும். கரகத்தைத் தலையில் சுமந்து சுழன்று ஆடும்பொழுது கிளி பறப்பது போல அழகாக இருக்கும். மதுரைப் பகுதியில் பழமை மாறாமல் கரகாட்டம் ஆடப்பட்டு வருகிறது. தஞ்சை, சென்னை, சேலம் போன்ற பகுதிகளில் கரகத்தைத் தலையில் சுமந்து கொண்டு, ஏணி மேல் ஏறுதல் போன்ற பல விளையாட்டைக் கையாளுகின்றனர்.

கரகாட்டம் அல்லது "கராகம்" (கரகம்: 'நீர் பானை' நடனம்) தமிழர்களின் பாரம்பரிய ஆட்டங்களில் ஒன்று. தலையில் கரகம் வைத்து ஆடும் ஆட்டம் இதுவாகும். கரகம் என்பது ஒரு பானை வடிவ கமண்டலத்தைக் குறிக்கும். சங்க இலக்கியங்களில் கரகாட்டம் குடகாட்டம் என்று குறிப்பிடப்பட்டுள்ளது. பல விதங்களில் அலங்கரிக்கப்பட்ட கரகத்தைத் தலையில் வைத்தபடி, சமநிலை கரகாட்டம் ஆடப்படும். மாரியம்மனைப் புகழ்ந்து பாடிய ஒரு பண்டைய நாட்டுப்புற நடனம். மதுரை, தஞ்சாவூர், திருச்சிராப்பள்ளி, கோயம்புத்தூர், திருநெல்வேலி போன்ற மாவட்டங்களில்

கோவில் திருவிழாக்களில் கரகாட்டத்தோடு காவடியாட்டம், பொய்க்கால் குதிரையாட்டம் எனப் பல்வேறு நடனங்கள் நடைபெறும்.

பூங்கரகம் :

மாரியம்மன் வழிபாட்டில் கரகமெடுத்தல் என்னும் வழிபாடு தொன்றுதொட்டு நடைபெறுகிறது. தூய்மையான புது மண் கலத்தில் மஞ்சள் நீர், பால், அரிசி போன்ற பொருள்களை நிரப்பி, வேப்பிலை, மாவிலைகளைச் செருகி அதன் வாய்ப்பகுதியில் ஒரு தேங்காயைத் தலைகீழாகக் கவிழ்த்து வைத்து இக்குடத்தை சுமந்து சென்று அம்மனை

வழிபடுவர். கரகக் குடத்தில் நிரப்பப்படும் பொருள்கள் அவரவர்களின் வேண்டுதலைப் பொறுத்து அமையும். புனிதப் பொருள்கள் நிரப்புவதால் அக்குடத்தில் அம்மன் வந்து எழுந்தருளி இருப்பதாகப் பாவித்து, அக்குடத்தினை பயபக்தியுடன் தலையில் சுமந்து சென்று கோவிலில் சமர்ப்பிப்பர்.

புதுக்குடத்தின் மேல் சுண்ணாம்பு நீராலும், செம்மண்ணாலும் அழகான கோலம் வரைந்து அதில் மஞ்சள் நீர் நிரைத்து பானையைச் சுற்றி பலவித பூக்களால் அலங்கரித்து அக்குடத்தைத் தலையில் சுமந்து சென்று கோவிலில் சமர்ப்பிப்பர். இதனைப் பூங்கரகம் எடுத்தல் என்பர்.

சக்திக் கரகம்

கோவில் திருவிழாவின் போது பூசாரி கரகத்தை அலங்கரித்து தலையில் சுமந்தபடி நையாண்டி மேள இசைக்கு ஏற்ப ஆடி வருவார்.

ஆட்டக் கரகம்

நன்கு அலங்கரிக்கப்பட்ட செம்புக் கரகத்தைத் தலையில் வைத்து கைகளால் குடத்தைப் பிடிக்காமல் நையாண்டி மேள இசைக்கு ஏற்ப உடலை வளைத்தும், குனிந்தும், நிமிர்ந்தும், ஓடியும், நடைபோட்டும் ஆடும் பொழுது தலையில் உள்ள கரகம் கீழே சாய்ந்து விழாதபடி ஆடுவர்.

கரகத்தை அமைக்கும் முறை

கரகத்தின் அடிப்பக்கத்தைச் சமனாகத் தட்டி அரிசி அல்லது மணலைக் கரகச் செம்பில் நிரப்புவர். கரகத்தின் மேல்புறம் தேங்காய் செருகி வைப்பது போல கட்டையைச் செருகி வைப்பர். செம்பையும் நன்றாகப் பிணைத்துக் கட்டுவர். கட்டையின் மேல் சிறு துளையிட்டு மூங்கிலைச் செருகி அதன் மேல் ஒரு பொம்மைக் கிளியைச் செருகி வைப்பர். கரகத்தைத் தலையில் சுமந்து சுழன்று ஆடும்போது கிளி பறப்பது போல அழகாக இருக்கும்.

கரகத்தின் மேல் பொருத்தப்பட்ட மரக்கட்டையைச் சுற்றிப் பல வண்ண வண்ணக் காகிதப் பூக்களும் மணிகளும் கொண்டு அலங்கரிப்பர். கரகச் செம்பின் வாய்ப்புறத்தில் பொருத்தப்பட்ட கட்டையின் கூர்முனையில் 'பேரிங்' எனப்படும் சுழலும் பொருளைப் பொருத்தி அவர்கள் சுழன்று ஆடும்போது கிளி நன்றாகச் சுழலும் படி அமைப்பர். கரகச் செம்பின் மேல் கண்ணாடித் துண்டுகளாலும் மரப்பூக்களாலும் அலங்கரிக்கப்பட்ட கரகக் கூடுகள் பொருத்தப்பட்டு கரகச் செம்பு அலங்கரிக்கப்படுகிறது.

ஒப்பனை

கரகாட்டம் ஆடுபவர் முகத்திற்கு நன்கு பளபளப்பான ஒப்பனையைச் செய்வர். பெண்கள் உடலோடு ஒட்டிய ஆடைகளை அணிவர். பளபளப்பான நிற ஆடைகளை அணிவர். காலில் சலங்கை கட்டிக் கொள்வர்.

இசைக்கருவிகள்

கரகாட்டத்திற்கு நையாண்டி மேளம் பக்க இசையாகப் பயன்படுத்தப்படுகிறது. இரு நாதஸ்வரம் இரு தவில்கள், பம்பை, உறுமி, கிருகிட்டி, கோந்தளம் போன்ற இசைக்கருவிகள் பக்க இசையாக விளங்கும்.

இப்போது இந்தக் கரகாட்டம் கோவில் திருவிழாக்கள் அரசு விழாக்களில் நடைபெறுகிறது.

சுதந்திர தினம், குடியரசு தினம் போன்ற முக்கிய அரசு விழாக்களில் கரகாட்டம் சிறப்பிடம் பெறுகிறது.

கரகாட்டக்காரன் என்ற திரைப்படம் வெளிவந்து கரகாட்டத்திற்கு மேலும் பெருமை சேர்த்துள்ளது.

கரகம் அமைக்கப்படும் முறை

அலங்கரிக்கப்பட்ட செம்பு அல்லது பித்தளை குடத்தைத் தலையில் வைத்துக்கொண்டு நையாண்டி மேள இசைக்கு ஏற்றவாறு குடம் கீழே விழாதவாறு பெண்கள் மற்றும் ஆண்கள் ஆடும் ஆட்டம் கரகாட்டம் எனப்படும்.

கரகம் என்ற வார்த்தைக்கு கமண்டலம், பூக்குடம், கும்பம், செம்பு, நீர்க்குடம் என்ற பல அர்த்தங்கள் உண்டு. கரகாட்டத்திற்கு 3 கிலோ எடையுள்ள செம்பினுள் 3 அல்லது 4 கிலோ மண்ணோ, அரிசியோ இட்டு ஒரு ரூபா நாணயமும் வைத்து கரகச் செம்பு தயாரிக்கப்படும்.

கரகம் என்பது விதைப்பாதுகாப்பின் ஒரு அங்கமாகவும் இருந்து வந்திருக்கிறது. கரகத்தின் உள்ளே விதைகளை இட்டு வைத்து, வழிபட்டு, அந்த விதைகளை முளைப்பாரி என அழைக்கப்படும் விதைத்தேர்வு முறைக்கு அனுப்பி வைக்கும் கலாச்சாரம் நீண்ட காலமாக இருந்து வருகிறது. ஒரு விதத்தில் விதைகளைக் கரகத்தின் வழியாக வழிபடும் முறை என்றும் சொல்ல முடியும்.

இந்தச் செம்பின் வாய்ப் பகுதியைத் தேங்காயால் மூடுவதற்கென்றே கட்டை வைத்திருக்கின்றனர். இதன் பின் டோப்பா எனப்படும் குடையை இதன்மேல் பொருத்தி வைப்பர். குடையின் மேலே கிளி, அன்னம், புறா போன்ற தக்கைப்பறவை உருவம் இருக்கும்.

தெய்வ வழிபாட்டிற்கு ஆடும் கரகம் ‘சக்திக்கரகம்’ என்றும், தொழில்முறைக் கரகத்தை ‘ஆட்டக்கரகம்’ என்றும் சொல்வர். தோண்டிக்கரகம் என்றால் மண்ணால் செய்யப்படுவது. பித்தளையால் செய்யப்படுவது செம்புக்கரகம் என்றும் அழைக்கப்படும்.

முன்பு ஆண்கள் பெண் வேடமிட்டு ஆடியதை இன்று பெண்களே ஆடுகின்றனர். இவ்வாட்டத்திற்கு நையாண்டிமேளம், சிறிய உடுக்கை, பெரிய உடுக்கை, சத்துக்குழல், செண்டை, பறை என்பன இசைக்கப்படுகின்றன. நாதஸ்வரத்தில் பாடல் வாசிக்க மேளம் முழங்க அந்த இசைக்கேற்ப கரகாட்டக் கலைஞர்கள் ஆடுவார்கள்.

இப்போது கரகாட்டத்தில் ஆடும் பெண்களைக் கலைஞர்களாகப் பார்ப்பதில்லை. பெரும்பாலான இடங்களில் இன்று வரையிலும் கவர்ச்சியான நடனம் இருந்தால் மட்டுமே நாட்டுபுறக்கலை நிகழ்ச்சிகள் நடத்த அனுமதிக்கிறார்கள். இந்த மாற்றத்தின் காரணமாகக் கலையின் நாகரிகமும் மரபும் மறைந்து போனது. பொருளாதாரம் காரணமாகக்

கவர்ச்சி நடனம் ஆடும் நிலைக்குப் பெண் கலைஞர்கள் தள்ளப்பட்டார்கள். ஆகவே தான் பெண்களின் பங்களிப்பு குறைவாகவே உள்ளது என்கிறார் ஸ்ரீவில்லிப்புத்தூரில் 'கோடங்கி' என்னும் கலைக்குழுவை நடத்தி வரும் உமாராணி.

மேலும் மக்கள் தண்ணீர் சுமந்து செல்லும் போதும், நெல்குத்தும் போதும், உழவு தொடர்பான பணிகள் செய்யும் போதும் பாடியவை நாட்டுப்புறப் பாடல்கள். மக்கள் ஓய்வாக இருக்கும் போது தங்கள் மகிழ்ச்சியை வெளிப்படுத்தும் வகையில் திண்ணையில் அமர்ந்து உடுக்கை அடித்து தங்களுக்குப் பிடித்தமான நாட்டுப்புறத் தெய்வத்தின் மீது பாட்டுப் பாடுவார்கள் என்கிறார்கள் உமாராணி.

மேலும் அப்போது தப்பு, திடும், நகார், பம்பை, உறுமி, கிணுக்குச் சட்டி, கஞ்சிரா, மேளம், மணிமேளம் முதலிய நாட்டுப்புற இசைக் கருவிகளை இசைக்கும் வழக்கம் அன்றைய மக்களிடம் இருந்தது என்கிறார்.

சிலப்பதிகாரம் குறிப்பிடும் குடக்கூத்திலிருந்தே இன்றைய கரகாட்டம் தோன்றியது. கிராமங்களில் வறட்சி நீங்கி மழை பெய்வதற்கும், காளி, மாரியம்மன் போன்ற சிறு தெய்வ விழாக்களின் போது ஆற்றங்கரை, நதிக்கரையிலிருந்து சக்தி கரகத்தை மலர்களால் அலங்கரித்து எடுத்து வருவர். ஆரம்பத்தில் வழிபாட்டுச் சடங்காக இருந்த கரகம் சடங்கு நிலையிலிருந்து காலப் போக்கில் மாற்றம் பெற்று சமூக நடனமாக தொழில்முறை ஆட்டமாக மாற்றமடைந்த விட்டது.

கரகக் குடத்தை வண்ணக் காகிதங்களால் அலங்கரித்து அதன் உச்சியில் கிளி பொம்மை வைத்தும், சில சமயங்களில் வேப்பிலை கொத்து வைத்தும் கரகாட்டம் ஆடப்படுகிறது. முற்காலத்தில் மண் குடங்களே பயன்படுத்தப்பட்டன. இப்போது பித்தளை, செம்பு குடங்கள் பயன்படுத்தப்படுகிறது.

○○○

16

குறவன் குறத்தி ஆட்டம்

குறவன் குறத்தி ஆட்டம் என்பது, குறவர் சமூகத்தினைச் சார்ந்த ஆணான குறவனும், பெண்ணான குறத்தியும் இசைத்தபடி ஆடும் ஆட்டம் ஆகும். இசைப்பதற்கு உடும்புத் தோலால் ஆன கிஞ்சிராவையோ அல்லது டால்டா டப்பாவையோ பயன்படுத்தித் தட்டிக்கொண்டு ஆடுவர். வேடம் புனைந்து, இசைக்கருவிகளுடன், பாட்டுப்பாடி ஆடுவதும் குறவன் குறத்தி ஆட்டமாகக் கருதப்படுகிறது.

தமிழகத்தில் இந்த ஆட்டம், மாவட்டத்திற்கு மாவட்டம் வேறுபட்டுக் காணப்படுகிறது. குறவரில் நரிக்குறவர் என்று அழைக்கப்படும் சமூகமக்கள் இவர்களிடமிருந்து வேறுபடுகின்றனர். இக்கலைஞர்கள் சென்னை, திருச்சி, கடலூர், திண்டுக்கல், பழனி, சேலம், இராமநாதபுரம், திருநெல்வேலி, மதுரை ஆகிய இடங்களில், அதிகமாகக் காணப்படுகின்றனர். இன்றைய நிலையில் இக்கலை, உயிர்ப்புடன் வாழும் கலையாக இருக்கிறது. இந்த ஆட்டம், கரகாட்டத்தின் துணை ஆட்டமாகத் திகழ்கிறது.

குறவன், குறத்தி ஆட்டம்

முற்காலத்தில் ஆண்களே பெண் வேடமிட்டு ஆடினர். இப்போது பெண் கலைஞர்களே குறத்தி ஆட்டம் ஆடுகின்றனர். இப்போது இது ஒரு கலையாகப் பார்க்கப்படுவதால் பிற எல்லா சாதியினரும் ஆடுகின்றனர்.

குறவன் குறத்தி ஆகிய இருவரின் உரையாடலும், பாட்டும், ஆட்டமும் கலந்த நிகழ்ச்சி குறத்திக்களி ஆகும். இதில் குறத்தி தான் முக்கியமான கதாபாத்திரம் ஆகையால் குறத்தி நிகழ்த்தும் களி என்ற பொருளில் இது வழங்குகிறது.

இது மலையாளம் தமிழ் ஆகிய இருமொழிகளில் நிகழ்த்தப்படுகிறது. இக்கலையானது குமரி மாவட்டம் கல்குளம், விளவங்கோடு வட்டங்களில் உள்ள நாட்டார் தெய்வக் கோயில்களிலும் பிற கோவில்களிலும் நடைபெறும் விழாக்களில் நிகழ்த்தப்படுகிறது. இதற்குப் பின்னணி இசை உடுக்கு, தபேலா, ஆர்மோனியம், மகுடி ஆகியனவாகும்.

இந்த ஆட்டத்தில் உடும்புத் தோலால் ஆன கஞ்சி ராவையோ அல்லது டால்டா டப்பாவைப் பயன்படுத்தி தட்டிக் கொண்டே ஆடுவர்.

நையாண்டி மேளம், உருமி மேளம் போன்ற இசைக்கருவிகள் மேலும் நடனத்தை அழகுறச் செய்கின்றன.

இக்காலத்தில் பரதம் கற்ற கலைஞர்களும் குறவன் குறத்தி வேடம் புனைந்து பல்வேறு கலை நிகழ்ச்சிகளை நடத்துகிறார்கள்.

○○○

17

தேவராட்டம்

மன்னர்கள் போரில் வெற்றி பெற்று தலைநகர் திரும்பும்போது மன்னரை வரவேற்க ஆடப்படும் நடனம் தேவராட்டம் என்று கிராமியக் கலை ஆய்வாளர்கள் கூறுகிறார்கள். அன்றைய காலகட்டத்தில் முன்தேர்குறுவை மற்றும் பின்தேர்குறுவை என்று இதற்குப் பெயர். மன்னரின் தேரின் முன்னும் பின்னும் போர் வீரர்களும் ஆடல் அணங்குகளும் வரிசையாக அணிவகுத்து ஆடி வருவார்கள். சமயங்களில் மன்னரும் தளபதிகளும்கூட தேரில் இருந்தபடி ஆடுவார்கள்.

தேவர்களால் ஆடப்பட்டது என்ற பொருளில் அழைக்கப்பட்டு, வேட்டைத்தொழிலை அடிப்படையாகக் கொண்ட ராஜகம்பளம் சமூகத்தினரின் வாழ்வின் அங்கமாக தேவராட்டம் உள்ளது. தாங்கள் தேவர்களின் உண்மையான விசுவாசி என்று இந்த மக்கள் நம்பிவருவதால் தாங்கள் ஆடும் ஆட்டத்தினைத் தேவராட்டம் என்று அழைத்து கொள்கிறார்கள். இறைவனை வழிபடவும், வேட்டைக்குச் செல்லும் போது பாவனையாகவும், மழை, திருமணம் மற்ற விசேஷங்களில் சடங்காட்டமாகவும் நிகழ்த்தப்படுகிறது. தேவராட்டத்திலுள்ள 32 அடவுகளும், மனிதனின் செயல்பாடுகளை வெளிப்படுத்தவும், தேவையான உடற்பயிற்சியாகவும் உள்ளது.

தென்னிந்தியாவில் வழங்கும் ஒரு நாட்டார் ஆடல் வடிவம் தேவராட்டம். குறிப்பாகத் தமிழ்நாட்டில் வேட்டைத் தொழில் செய்து வந்த கம்பளத்து நாயக்கர் சமூகத்தினரில்

இந்த ஆட்டம் முக்கியத்துவம் பெற்ற சடங்கு எனலாம். இது (உருமி) மேளம், பறைமேளம் ஆகியவை தேவராட்டத்தின் போது பயன்படுத்தும் இசைக் கருவிகளாக இருக்கின்றன. கம்பளத்து நாயக்கர் எனும் சமூகத்தினர் அவர்களது விழாக்களிலும், வீட்டு விழாக்களிலும் இந்த நடனம் இல்லாமல் இருப்பதில்லை. இதை ஒரு சடங்காகவே வைத்திருக்கின்றனர். இதன் இசைக்கருவி தேவதும்பி ஆகும். காலில் சலங்கை கட்டி அடவு பிடித்து ஆடுவர்.

'தேவராட்டம்' என்பது ஆண்கள் தங்கள் கையில் ஒரு துணியை வைத்துக் கொண்டு, காலில் சலங்கையும் இடுப்பில் வேட்டியும் அணிந்து ஆடும் ஆட்டமாகும். இதில் 8 முதல் 13 பேர் ஆட வேண்டும் என்பது பொது மரபு. எனினும் எண்ணிக்கைக்குக் கட்டுப்பாடு கிடையாது. 100 பேர் கூட ஒரே சமயத்தில் ஆடலாம். இந்த ஆட்டத்தின் போது ஆண்கள் ஒப்பனை செய்வதில்லை. அண்மைக் காலத்தில் இந்தக் கலை மேடையில் நிகழ்த்தப்படுகிறது. ஆடுபவர்கள் ஒரே வண்ண ஆடை அணிவது வழக்கத்தில் உள்ளது. இந்த ஆட்டத்தில் பாடல்கள் ஏதும் பாடப்படுவதில்லை. மாலா

என்னும் பிரிவினர் 'தேவதுந்துபி' என்னும் இசைக் கருவியை இசைக்கின்றனர்.

இந்த ஆட்டத்தின் ஆடுகளம் சூழலுக்கேற்ப அமைகிறது. இந்த ஆட்டத்தில் பயிற்சி பெற்ற ஒருவர் தலைமை ஏற்று ஆடுவார். அவரது உடல் அசைவுகளைக் கவனித்து மற்றவர்கள் அவரைப் பின்பற்றி ஆடுவர். நிலுடி ஜம்பம், சிக்கு ஜம்பம் போன்ற பெயர்களில் 23 ஆட்டங்கள் உள்ளதாகக் கூறுகின்றனர். ஒவ்வொரு வகையான ஆட்டத்திற்கும் உறுமி மேளத்தில் இசைக்கப்படும் தாளக்கட்டுகள் மாற்றமடைகின்றன. ஆரம்பத்தில் பெண்கள் பார்வையாளராக மட்டுமே இருந்தனர். தற்போது சில ஊர்களில் பெண்களும் தேவராட்டம் ஆடுகின்றனர்.

தேவராட்டத்தில் 18 அடவுகள் உள்ளன. இவற்றை அடிப்படை அடவுகள் எனலாம். இதை அடிப்படையாக வைத்து நான்கு நிலைகளில் வேறுபடுத்துவதன் மூலம் 72 அடவுகளை உருவாக்கலாம். இந்த 72 அடவுகளும் விதவிதமான இசையை உடையவை.

ஒவ்வோர் அடவும் தனித்தனியே ஆடப்படும் போது இந்த ஆறு இசை மட்டுமே மறுபடியும் மறுபடியும் இசைக்கப்படுகின்றன. இந்த ஆட்டமும் அடவுகளும் இணைந்தே தேவராட்டமாக உருப்பெறுகிறது.

ஆந்திராவில் இதனை 'தேவுடு ஆட்டம்' என்பர். கம்பளத்து நாயக்கர்களின் வாழ்வியல் சடங்குகளிலும் வழிபாட்டுச் சடங்குகளிலும் இந்தத் தேவராட்டம் முக்கிய இடத்தைப் பெறுகிறது.

ஆடி, புரட்டாசி மாத வெள்ளிக்கிழமைகளில் நடைபெறும் சக்கம்மா வழிபாட்டின் போது தேவராட்டம் நிகழ்த்தப்படுகிறது. வீரபாண்டியில் உள்ள கௌமாரியம்மன் சித்திரைத் திருவிழாவின் ஐந்தாம் நாளன்று இரவில் பல ஊர்களைச் சேர்ந்த கம்பளத்து நாயக்கர்களும் வந்து தேவராட்டம் ஆடுவர்.

உருமி மேளம்

தேவராட்டத்திற்குப் பக்கபலமாக இருப்பது உருமி மேளம் மற்றும் காலில் கட்டப்படும் சலங்கை ஆகும். ஆட்டக்காரர்கள் தலைப்பாகை போல் மினுமினுப்பான துண்டு கட்டி ஆடுகின்றனர். உருமி மேளத்தின் மூலம் ஆட்ட அடவுகளுக்கு ஏற்ப 'சுருதி' ஏற்றப்படுகிறது. வரிசையாக ஒவ்வொரு 'விசில்' சத்தத்திற்கும் இடையே 'அடவு'கள் மாற்றப்படுகிறது. பங்கேற்கும் அனைவரும் ஒரேநேரத்தில் இசைக்கு ஏற்ப சீராகக் கால்களையும், கைகளையும், உடல் அசைவுகளையும் கொண்டு ஆடுவது கண்கொள்ளாக்காட்சியாகும். தேவராட்டப் பாடல்கள் தெலுங்கில் பாடப்படுகின்றன.

ஒயிலாட்டம்

தேவராட்டம் ஆடும்போது துவக்கத்தில் மெதுவாகத் துவங்கும் 'அடவு' மாற.. மாற... வேகமும், உருமி சத்தமும், சலங்கை சத்தமும் கூடி ஒரு வித 'உச்சநிலை'க்குச் செல்கிறது. இதில் முதலில் துவங்கும் போது உருமியைக் கும்பிட்டும், இறுதியில் கடவுளருக்கு நன்றி சொல்லும் 'அடவு'க்கு வரும் போது மீண்டும் மெதுவாக மாறியும் ஆட்டம் முடிவுறுகிறது. ஒயிலாகப் பாடலுடன் சேர்த்து ஆடப்படுவது ஒயிலாட்டம் எனப்படுகிறது. இதன் அசைவுகள் மனிதனின் அனைத்து பாகங்களையும் 'அசைத்து' பார்க்கும். ஒயிலாக ஆடப்படும் ஆட்டம் ஒயிலாட்டம் எனவும், விரைவாக ஆடுவது தேவராட்டம் எனவும் கூறப்படுகிறது.

ஒரே நிறத் துணியைத் தலையில் கட்டிக் கொண்டு கையில் ஒரே நிறத் துண்டு ஒன்றை வைத்து இசைக்கு ஏற்ப வீசி ஆடும் அழகான குழு ஆட்டம் இது. அழகு, அலங்காரம், சாயம், ஒய்யாரம் எனப்பல பொருள் தாங்கி நிற்கும் 'ஒயில்' என்ற வார்த்தையே இந்த ஆட்டத்தின் பெயரானது. இது முழுக்க முழுக்க ஆண்கள் சார்ந்த கலை. ஆண்களின் கம்பீரத்தைக் காட்டும் கலை இது. இந்த ஆட்டத்தில் சிறகை விரித்தால் மயிலாட்டம், சேர்ந்து குதித்தால் ஒயிலாட்டம்.

பானைத்தாளம், தவில், சிங்கி, சோலக் போன்ற இசைக்கருவிகளை இந்த ஆட்டத்தில் பயன்படுத்துவர். பானைத் தாளம் என்பது குடத்தில் மாட்டுத் தோலை கட்டி இசைக்கப்படுகிறது. பறைக்குப் பதிலாக இந்தக் கருவி பயன்படுத்தப்படுகிறது.

இச்சமூக மக்கள் எந்தச் செயலைத் துவங்கும் முன்பும் தங்கள் குலதெய்வத்தை வேண்டிய பின்னரே அதில் ஈடுபடுகின்றனர். பொது நிகழ்ச்சிகளில் தங்களது சமூகத்தையும் குலதெய்வத்தையும் தெலுங்கில் பாடிய பின்னரே நிகழ்ச்சியை ஆரம்பிக்கின்றனர்.

பூப்புச் சடங்கில் 16ம் நாள் பெண்ணை மந்தைக்கு அழைத்துச் சென்று சடங்குகள் முடித்து திரும்பும் போதும் திருமணம், கோவில் திருவிழாக்களிலும் சடங்குகளிலும் தேவராட்டம் ஆடப்படுகிறது.

அவர்களது குலதெய்வமான சக்கம்மா வழிபாட்டின் போதும் தேவராட்டம் நிகழ்த்தப்படும். வீரபாண்டியில் உள்ள கௌமாரியம்மன் சித்திரைத் திருவிழாவின் 5ஆம் நாள் விழாவின் போது இரவில் பல ஊர்களைச் சேர்ந்த கம்பளத்து நாயக்கர்களும் இங்கு வந்து தேவராட்டம் ஆடுவர்.

இது ராஜ கம்பளத்தார் சமூகத்திற்கு மட்டுமே உரியதான கலை. வேறு யாரும் இந்த தேவராட்டத்தினை ஆடுவதில்லை. கம்பளத்து நாயக்கர்கள் இக்கலையைத் தங்கள் உயிராக மதிக்கின்றனர்.

○○○

18

சேவையாட்டம்

சேவையாட்டம் என்பது தென்னிந்தியாவில் வழங்கும் ஒரு நாட்டார் ஆடல் வடிவம் ஆகும். கம்பளத்துநாயக்கரால் ஆடப்படும் ஆட்டம் சேவையாட்டம் ஆகும்.

தெலுங்கு அல்லது தமிழ் மொழியில் ஒருவர் பாட்டு பாடுவார், கோமாளியைப் போல உடை அணிந்த ஒருவர் பாடலுக்குத் தகுந்தவாறு சுற்றி வந்து ஆடுவார், இது தேவராட்டம் ஆடுபவர்கள் முடிக்கும் தருவாயில் கடவுளுக்கு நன்றி தெரிவிக்கும் தருவாயில் ஆடிமுடிப்பர். பெரும்பாலும் இராமாயணக் கதை, வீரபாண்டிய கட்டபொம்மன் கதை போன்றவற்றைப் பாடிக்கொண்டே ஆடுவர்.

பெருமாள் கோவில்

தென் தமிழகம் மற்றும் கொங்கு நாடு பகுதிகளில் உள்ள பெருமாள் கோவில்களில் இவ்வாட்டம் நடைபெறும். இது சங்ககால நூல்களில் குறிப்பிடும் பிந்தேறு குருவை எனப்படும் ஆட்டத்துக்கு சமமானதாகக் கருதப்படுகிறது. தேவராட்டம் ஆடும் மக்கள் கடைசியாக இந்த சேவையாட்டம் ஆடுவார்கள், இந்த ஆட்டத்தை ஆடுவதன் மூலம் தேவராட்டம் முழுமை பெறுகிறது என்பதை அறியலாம்.

வத்தலக்குண்டு சென்றாயப் பெருமாள் கோயில், திண்டுக்கல் மாவட்டத்தில் உள்ள இக்கோவிலில் நடைபெறும் சேவையாட்டம் புகழ் பெற்றது. தெலுங்கு மொழியில் அல்லது தமிழ் மொழியில் பாட்டுகளைப் பாடிக் கொண்டு ஒருவர் இருப்பார், உருமி மேளம் இசைக்கும், ராகத்தோடு பாடல் பாடும் பொழுது நையாண்டி வேஷம் போட்ட ஒருவர்

சுற்றிச்சுற்றி வந்து ஆடுவார். ராஜகம்பள மக்கள் நடத்தும் சடங்கு, திருவிழா, திருமணம் போன்ற நிகழ்ச்சிகளில் தவறாமல் இவ்வாட்டம் இடம்பெறும். வீரபாண்டிய கட்டபொம்மன் குரு பூஜையில் சேவையாட்டம், தேவராட்டம் முக்கிய நிகழ்வாக ஆடப்படுகிறது.

இசைக் கருவிகளின் இசைக்கு ஏற்ப திருமாலின் அருளைப் பெற ஆடப்படும் ஆட்டம் சேவையாட்டம். தெலுங்கு பேசும் மக்களுடன் தொடர்புடைய இவ்வாட்டம் ஆந்திர மாநிலத்திலிருந்து தமிழகத்திற்கு வந்ததாகக் கூறுவர். ஆந்திர எல்லையில் உள்ள தமிழர்களிடம் இது செல்வாக்கு பெற்றுள்ளது.

இந்த ஆட்டம் இரு வகையாக ஆடப்படுகிறது. தர்மபுரி மாவட்டத்தில் ஒரு வகையாகவும், மதுரை மாவட்டத்தில் ஒரு வகையாகவும் ஆடுவர்.

பெயர்க் காரணம்

சேவையாட்டம், சேவாட்டலு, கோமாளியாட்டம், தாதராட்டம் எனப் பல்வேறு பெயர்களில் அழைக்கப்படுகின்றது. சேவையாட்டம் என்பது சேவை, சேவித்தல், தொண்டு செய்தல், வணங்குதல் என்று பல பொருள்களைத் தரும். இறைவனைச் சேவிப்பதற்காக - வணங்குவதற்காக ஆடப்பெறும் ஆட்டம் என்ற பொருள் தரும் வகையில் இந்த ஆட்டம் சேவையாட்டம் எனப் பெயர் பெற்றது.

தொன்மக் கதை

சிவபெருமான் கோபத்தில் பிரம்மனின் தலையைக் கிள்ளி விட, பிரம கபாலம் சிவனின் கையைக் கெட்டியாகப் பிடித்துக் கொண்டது. இதன் காரணமாக சிவனுக்குப் பிரம்மஹத்தி தோசம் பிடித்தது. அதை அறிந்த மகா விஷ்ணு தொப்பை கூத்தாடியாக (கோமாளி) வேடமிட்டு பாதி ஆணும் பாதி பெண்ணுமாக ஒப்பனை செய்த சிலரைத் தன்னுடன் சேர்த்துக் கொண்டு பிரம்ம கபாலத்தின் முன்பு வேடிக்கை ஆட்டங்கள் ஆட, அதைக் கண்டு சிரிப்பு தாளாமல்

பிரம்ம கபாலம் சிவன் கையைவிட்டுக் கீழே விழுகின்றது. சிவனின் பிரம்மஹத்தி தோஷம் நீங்கியது. சிவபெருமானுக்கு சேவை செய்வதற்காக விஷ்ணுவால் ஆடப்பட்ட வேடிக்கை ஆட்டமே சேவையாட்டம் எனப்படுகிறது.

ஒப்பனை

தலையில் நீண்டு, நுனியில் வளைந்த கூம்பு வடிவக்குல்லாய், தலையில் கொண்டை போட்டு பூ வைத்து நெற்றியில் நாமம் போட்டு, கண்ணைச் சுற்றிக் காவி மற்றும் வெள்ளை வண்ணக் கோடுகளும், கற்றாழை நாரினால் செய்யப்பட்ட நரைத்த மீசையும் தாடியும் வைத்து சோழிகள் கோர்க்கப்பட்ட பல்வரிசையும் குஞ்சங்கள் வைத்து தைக்கப்பட்ட கறுப்பு நிற அல்லது நீல நிற தொள தொள சட்டையும் நீளமான கால் சட்டையும், தொப்பை வயிறையும் கொண்டிருப்பர்.

சேவையாட்டப் பாடல்கள்

பாடலை அடிப்படையாகக் கொண்டு ஆடப்படும் ஆட்டமாக சேவையாட்டம் உள்ளது. இந்தப் பாடல் சேவைப்பாட்டு என அழைக்கப்படுகிறது. பெருமாள் வழிபாட்டில் முக்கிய நிகழ்வாக இந்த ஆட்டம் இருப்பதால் பெருமாள் அவதாரப் பாடல்களும் இராமாயணக் கதைப் பாடல்களும் சிறப்பிடம் பெறுகின்றன. ஆட்டத்தின் துவக்கத்திலும் இறுதியிலும் இந்தப் பாடல் தான் இடம் பெற வேண்டும் என்ற ஒழுங்கு காணப்படுகின்றது. தமிழ், தெலுங்கு மொழியில் பாடப் பெறுகின்றது.

சேவையாட்ட அமைப்பு

சேவையாட்டம் தொடங்கும் முன் அனைத்துக் கலைஞர்களும் வரிசையாக நிற்பர். தொடக்க நிகழ்வாக ஒருவர் கலப்பட நீர் தெளித்து சாம்பிராணி புகை காட்டி ஆட்டக்காரரின் காலில் விழுகிறார். இவர் பொதுவாக ஊர் நாட்டாண்மைக்காரராக இருக்கிறார்.

இது சேவையாட்டக்காரர்களை மனித நிலையிலிருந்து தெய்வ நிலைக்கு உயர்த்தச் செய்யப்படும் சடங்காகக்

கருதப்படுகிறது. இதன்பின் ஆட்டக்காரர்கள் இசைக் கருவிகளை கோவிலின் முன்பிருந்து இசைத்துக் கொண்டே ஆடுகளத்திற்கு வருவர். கோமாளி முதலில் ஆட்டத்தைத் தொடங்க ஏனைய அனைவரும் அவரைப் பின்பற்றி ஆடுவர்.

தொடக்கத்தில் தேவதுந்துபி இசைக்கு ஏற்ப சில ஆட்டங்கள் ஆடப்படும். சேவையாட்டம் நேர் வரிசையில் ஆடப்படுவதில்லை. இதன் அடவுகள் வட்டத்திலேயே ஆடப்படுகின்றன. தெய்வ வழிபாட்டின் போது மட்டுமே நேர் வரிசையில் ஆடப்படும்.

தேவதுந்துபி, சேமப் பலகை, சேமக்கலம், சலங்கை, ஜால்ரா போன்ற இசைக் கருவிகள் பயன்படுத்தப்படுகின்றன.

○○○

19

காளியாட்டம்

தமிழ்நாட்டில் தஞ்சாவூர், கும்பகோணம், ஆடுதுறை, திருப்புவனம், திருமங்கலக்குடி, திருவிடைமருதூர், சாத்தனூர், அம்பாசமுத்திரம், தேப்பெருமாநல்லூர், திருப்பனந்தாள், திருச்சி மாவட்டத்தில் கீழ்ப்பழூர், கோடாலிக்கருப்பூர், ஸ்ரீபுரத்தான், உடையார்பாளையம், ஜெயங்கொண்டம் ஆகிய ஊர்களில் திருவிழாக்காலங்களில் காளியாட்டம் மிக முக்கியப் பங்குவகிக்கும். தலையில் கிரீடம், கண்களில் வெள்ளியிலான கண்மலர், கழுத்தில் நீண்டமாலை, கையில் உடுக்கை, கத்தி, சங்கு, தலைவிரிகோலம், சென்னிற முகத்தில் வாய்க்கு வெளியே வெண்ணிறக் கோரைப்பற்கள், நீட்டிய படி தொங்கிய நாக்கு, பெருத்த மார்போடு சிவப்பு, பச்சை சேலை உடுத்து பார்ப்பதற்கு காளிதேவியைப்போலவே தோற்றமளிப்பார்.

காளியாட்டம் என்னும்போது வழிபாடு, நம்பிக்கை, மரபு ரீதியாக அல்லது பொழுதுபோக்கைக் காரணம் காட்டி தோன்றியிருக்கலாம். காளிவேடம், காளி திருநடனம், காளி வீதிஉலா எனப்பல பெயர்களில் அழைப்பார்கள். அம்மன் கோயில்களில் மகாபாரதக் கதை தவறாமல் நடக்கும். அப்போது அர்ஜுனன் மகனான அரவானை காளிக்குப் பலி கொடுக்கும் நிகழ்ச்சி தொடங்கும். பலிகொடுக்கும் வேடத்தில் நடிப்பவர் காளிவேடமிட்டு ஊரைச்சுற்றி ஆடிக்கொண்டே வருவார். இக்காளிதேவியை ஒருவர் கயிற்றால் இடுப்பில் கட்டிப் பின்புறமாகப் பிடித்து வருவார். இதன் போது ஊரிலே யாருக்காவது அணங்கு பிடித்திருப்பின் அல்லது

ஊரில் தீயசக்திகள் இருப்பின் நீங்கி தமது வேண்டுதலும் நம்பிக்கைகளும் நிறைவேறும் என்பது இவர்களின் ஐதீகம்.

கிராமங்களில் பேய் பிடித்து ஆட்டும் பெண்கள் இவரை வணங்குவர். இதன் பின் பேய் போய்விடும் என்பது மரபு. இன்றைய நவீன உலகில் இவ்வாறான மரபுக்கே இடமில்லாமல் போய்விட்டது.

பண்டைய கிராமத்துக் கோவில்களில் காளியாட்டம் நிகழும் முன் ஆலயத்தின் முன்பாக 25 அடி நீளத்திற்கு மிகப்பெரிய அரவான் உருவம் படுத்திருப்பதைப்போலவும் அதன் அருகே மிகப்பெரிய காளி உருவமும் மண்ணால் செய்வர். பூஜை தொடங்கும் போது காளி உருவத்தின் முன் கோழி ஒன்றைப்பலி கொடுப்பர். பின்னர் அரவானர் உருவத்தின் மேல் பூசணிக்காய் ஒன்றை வைத்து துண்டாக வெட்டி எறிய கோவில் பூசாரி திரௌபதி வேடமிட்டு அரவானனைச் சுற்றிக்கொண்டு தன் மார்பில் அடித்தவாறே பாட்டுப்பாடி ஒப்பாரி வைப்பார்.

இக்காளிவேடம் தஞ்சை மாவட்டப் பகுதிகளில் தான் மிகவும் பிரபல்யம். முறத்திலே செய்யப்பட்ட ஆறு கைகள் அவற்றில் வாள், சூலாயுதம் ஏந்தியபடியே ஆடுவது உண்மையில் மகத்தானதாகும். இவ்வாறு காளிவேடம் போடுபவர்கள் எந்தக் கோயிலில் காளிவேடம் போடுகிறார்களோ அக்கோயிலின் திருவிழாக்கள் தொடங்கி முடியும் வரை விரதமிருப்பர். தமிழகத்தைப் போன்றே கேரளாவிலும் காளிதேவி வேடமிட்டு ஆடும் விழா நடை பெறுகின்றது.

இதை காளிவேடம், காளி திருநடனம், காளி வீதிஉலா என பலபெயர்களில் அழைப்பர். இதில் பச்சைக்காளி, பவளக்காளி என இருவகைகள் உண்டு. இதன் வாயிலாக தீய சக்திகள் தனி மனிதனிடமிருந்தும், அவ்வூரிலிருந்தும் நீங்குவதாக நம்புகின்றனர்.

○○○

20

கணியான் கூத்து

புராணக் கதை

பண்டைக்காலத்தில் முனிவர்கள் பூவுலகக் காவலுக்கு ஒரு தெய்வம் வேண்டும் என சிவபெருமானிடம் கோரிக்கை வைத்தனர். அதனை ஏற்றுக்கொண்ட சிவபெருமான், "வேள்வி ஒன்றை நடத்தினால் வேள்விக் குண்டத்திலிருந்து ஒரு தெய்வம் வெளிவரும். அத்தெய்வமே நீங்கள் வேண்டும் காவல் தெய்வம் ஆகும்" எனக் கூறி அருள்புரிந்தார்.

அதன்படி முனிவர்கள் வேள்வி நடத்தினர். ஆனால் அதனுள் உருவான தெய்வம் வெளியே வர மறுத்தது. முனிவர்கள் மீண்டும் இறைவனிடம் வேண்ட இறைவனோ அத்தெய்வத்திடம் உரிய காரணம் கேட்டார். அதற்கு அத்தெய்வம், "நான் வெளியே வர வேண்டுமானால் எனக்கு ஆடு, கோழி, பன்றி பலி கொடுத்து பெரிய படையல் போட்டு வழிபடவேண்டும். நான் செல்லுமிடமெல்லாம் என்னுடன் பயணித்து உதவி செய்ய இரண்டு கணியான்கள் வேண்டும். அவர்கள் என் கதையைப் பாடி ஆடி என்னை மகிழ்வித்து எனது தேவைகளைப் பூர்த்தி செய்ய வேண்டும். அப்படிச் செய்தால் நான் காவல் தெய்வமாக இருந்து மக்களைக் காத்தருள்வேன்" எனக் கூறியது.

சிவபெருமானோ ரம்பை, ஊர்வசியை அழைத்து வேள்விக் குண்டத்தின் முன் நடனமாடப் பணித்தார். அவர்கள் ஆடியபொழுது காற் சிலம்புகளின் பரல்கள் ஒன்றோடு ஒன்று உரசி சிவபெருமான் காலடியில் விழுந்தன. அவற்றில் இருந்து இரு கணியான்கள் பிறந்தனர். அவர்கள் இருவருக்கும் கணியான் ஆட்டத்தின் இலக்கண முறைகளைப்

போதித்தார் இறைவன். அத்துடன் தன் தலையில் உள்ள மகுடத்தை (மணிமுடி) எடுத்து இரு தோல் இசை மகுட வாத்தியங்களாக மாற்றி ஆளுக்கொன்றாகக் கொடுத்து சுடலைமாடனுடன் பூலோகத்திற்கு அனுப்பி வைத்தார் என்பது கணியான் கூத்து தொடர்பான புராணக் கதையாகும். இறைவன் படைத்தளித்த மகுடத்தை இசைத்துக் கொண்டே ஆடும் ஆட்டம் என்பதால் இது ‘மகுட ஆட்டம்’ எனவும் வழங்கப்படுகிறது.

நடைபெறும் இடங்கள்

கன்னியாகுமரி, திருநெல்வேலி, தூத்துக்குடி ஆகிய தென்மாவட்டப் பகுதிகளில் வழக்கிலுள்ள சிறு தெய்வ வழிபாடுகளான சுடலைமாடன், இசக்கியம்மன் வழிபாட்டுச் சடங்குகளில் கணியான் கூத்து நடைபெறுகிறது.

இக்கோவில் கொடை விழாக்கள் ஆடி, ஆவணி, புரட்டாசி மாதங்களில் அதிகம் நடைபெறும். அதில் குறிப்பாக வெள்ளி, செவ்வாய்க்கிழமைகளிலேயே சிறப்பாக நடைபெறும். கணியான் கூத்தினை ஆடவர்கள் மட்டுமே பங்கு கொண்டு நடத்துவார்கள். கணியான் கூத்து இல்லாத சுடலைமாடன், இசக்கியம்மன் கொடை விழாக்கள் தென் பகுதியில் இருப்பதில்லை.

சங்ககாலம் முதற்கொண்டே இக்கணியான் கூத்து நடைபெற்று வருகிறது. சுடலை மாடன் என்னும் சிறு தெய்வத்துடன் அத்தெய்வத்திற்கு உதவிட சிவபெருமானால் உருவாக்கப்பட்ட கணியான், ரம்பை, ஊர்வசி என்னும் தேவலோக ஆடல் மகளிரின் கால் சிலம்பு பரல்களிலிருந்து படைக்கப்பட்டான். முதலில் இருவர் மட்டுமே படைக்கப்பட்டதாகப் புராணம் குறிப்பிடுகிறது. அவர்களே மிகக் குறைவான அளவில் பெருகி மிகச் சிறந்த கலையினை நிகழ்த்தி வருகின்றனர். ஆடவர் இருவர் பெண் வேடமிட்டு, தெய்வக் கதைப் பாடல் மகுடம், தாளம் இசைக்கேற்ப குதித்து ஆடுவர்.

நாட்டுப்புற மக்கள், தங்கள் பிணி தீரவும், வாட்டம் நீங்கவும், தொழில் சிறக்கவும், துன்பம் தொலையவும், திருமணம், குழந்தைப்பேறு முதலிய மங்கல நிகழ்வுகள் ஏற்படவும் சுடலைமாடன், இசக்கியம்மன் வழிபாட்டுச் சடங்குகளில் வழிபட்டு கணியான் ஆட்டத்தை நிகழ்த்துகின்றனர்.

அம்மன் கோவில்களில் செவ்வாய்க்கிழமையும் சுடலைமாடன் கோவில்களில் வெள்ளிக்கிழமையும் கொடை விழா நடப்பது வழக்கம். அதற்கு முதல் நாள் குடியழைப்பில் தொடங்கி மதியக்கொடை, சாமக்கொடை, கைவெட்டு, மயான பூஜை, மஞ்சள் நீராட்டு என மூன்று நாட்கள் கணியான் கூத்து நிகழ்த்தப்படுகிறது.

கால்நாட்டும் நாளிலிருந்து கொடைவிழா முடியும்வரை எட்டு நாட்கள் கணியான் கலைஞர்கள் காலை மாலை இரு வேளையும் நீராடி பழம், பச்சரிசி சாதம் மட்டும் உண்டு விரதம் இருப்பர். தெய்வத் திருவுருவம் அலங்கரிப்பதில் இவர்களின் பங்களிப்பு அதிகம் உண்டு. கொடை விழாவிற்கு முதல் நாள் மாலை, சாமி எழுந்தருளி ஆடுபவரை சுடலை முன்பு அமர வைத்து மஞ்சள், வெற்றிலை சேர்த்து கையில் காப்பு கட்டி சுடலையின் பாடலைப் பாடி சாமியாடி மீது சுடலையை இறக்கி விடுவர்.

மறுநாள் நள்ளிரவு 12 மணி அளவில் பூஜை முடிந்ததும் இடுகாட்டில் சாமக்கொடை, படையல், பூசை எனத்

தொடரும் சடங்குகளிலும் கணியான் முக்கியத்துவம் பெறுவார். இந்தப் பூஜையின் பொழுது சாமியாடிகள் தெய்வங்களுக்குச் சமர்ப்பிக்கப்படும் சட்டிச்சோறு அதாவது திரளை சோற்றினைச் சமைத்துக் கொடுப்பது கணியான்களே. சுடுகாட்டிற்குச் சென்ற சுடலைமாடன் பிணம் தின்று திரும்பிய பின் மயக்கமிடுவதுண்டு. அந்நிலையில் கணியான் தன் நாவினையோ, கையினையோ கீறி ரத்தத்தை சாமியாடியின் வாயில் இடுவதும் வாழைப்பழத்தில் தோய்த்து உண்ணத் தருவார்கள்.

அதன் பின்பே சாமியாடி மயக்கம் தெளிந்து பக்தர்களுக்கு அருள்வாக்கு தருவார். எனவே கணியான் ஆட்டக் கலைஞராக மட்டுமல்லாது தெய்வீக ஆற்றல் வாய்ந்தவராகவும் திகழ்கிறார். அதனால் இக்கணியான் கூத்து மிகுந்த பக்தியுடன் தொடர்புடைய கலையாக இன்றும் திகழ்கிறது. கிராமத்துத் தெய்வங்களின் அருள் இருந்தால் மட்டுமே இக்கலையினைக் கற்க முடியும் என்பது நம்பிக்கை.

தொடக்கத்தில் இரண்டு கணியான்களே பெண் வேடமிட்டு மகுடம் இசைத்து தெய்வக்கதை பாடலைப் பாடி ஆடினர். நாளடைவில் பாடுவதற்கு ஒருவர், பின்பாட்டு (பக்கபாட்டு) பாட ஒருவர், மகுடம் இசைக்க இருவர், பெண் வேடமிட்டு ஆட இருவர், சிங்கித் தாளம் இசைக்க ஒருவர் என மொத்தம் ஏழு பேர் கொண்ட குழுவாக மாறினர்.

கணியான் கூத்தின் பாடுபொருளான தெய்வக் கதைப் பாடல்களைப் பாடுபவர் அண்ணாவி எனப்படுகிறார். அண்ணாவியே குழுத்தலைவர் ஆவார். அவரை வணங்கியே கலைஞர்கள் கலையை நிகழ்த்துவர். அண்ணாவியின் பாடலுக்கும் பின்பாட்டுக் கலைஞர்களின் உச்சப் பாடலுக்கும் ஏற்ப இருவர் மகுடம் இசைப்பர். இருவர் மகுடத்திலும் ஒரே இசை வருவதில்லை. ஒரு மகுடத்தின் இசை உச்சமாகவும் மற்றொரு மகுடத்தின் இசை மந்தமாகவும் இருக்கும். அண்ணாவி பாடலை உச்சத்தில் பாடும்பொழுது மகுடக்காரர்கள் வேகமாகவும், மெதுவாக விளக்கிப் பாடும்பொழுது மெதுவாகவும் இசைப்பர்.

மகுட இசை பாடல் தாளத்திற்கு ஏற்றவாறு பெண் வேடக் கலைஞர்கள் வேகமாகவும், மெதுவாகவும் நளினமாகவும் அலுக்கியும் குலுக்கியும் துள்ளிக் குதித்தும் ஆடுவர். கணியான் கூத்தின் பாடுபொருளாக சுடலைமாடன் கதை, இசக்கியம்மன் கதை, நீலி கதை, முண்டன் கதை, பத்திரகாளியம்மன் கதை, சாஸ்தா கதை, வண்ணாரமாடன் கதை, பலவேசக்காரன் கதை, மாரியம்மன் கதை, கருப்பசாமி கதை, பேச்சியம்மன் கதை, கபாலக்காரன் கதை, பகவதியம்மன் கதை, உடையார்சாமி கதை, உய்க்காட்டான் கதை, பெருமாள் சுவாமி கதை, சிவபெருமான் கதை, பார்வதி அம்மன் கதை, ராமாயணக் கதை, மகாபாரதக் கதை, கோவலன் கண்ணகி கதை, மணிமேகலை கதை முதலிய பல்வேறு கதைப்பாடல்கள் இடம்பெறுகின்றன.

மகுடம் என்னும் இசைக் கருவியை இசைத்து நிகழ்த்தப்படுவதால் இக்கலை மகுடாட்டம் என்றும் அழைக்கப்படுகிறது. இக்கலை மிகப் பழைமை வாய்ந்தது. 16 ஆம் நூற்றாண்டுக்கு முற்பட்ட ஆதிக்கலை என்பது ஆய்வாளர்கள் கருத்து.

இந்தக் கலையாடல் மிகுந்த கட்டுப்பாடுகளை உடையது. இடைவெளியே இல்லாமல் இரவு முழுவதும் ஆடப்படும் இது தெய்வத்தின் எதிரே மட்டுமே ஆடப்படும்.

இசை

கணியான் கூத்தில் இசை முக்கிய இடம் பெறுகிறது. இதில் மகுடம், ஜால்ரா போன்றவை முக்கிய இசைக் கருவிகளாகும். மகுடம் தப்பட்டை என்ற வாத்தியத்தை ஒத்தது. வேம்பு, பூவரசு மரம் கொண்டு வட்ட வடிவம் செய்து அதில் பூம்பசுவின் தோலைக் கட்டி இது உருவாக்கப்படுகிறது. இந்தக் கருவியைக் கொண்டு உச்சம், மந்தம் என இரு வேறுபாடுகளுடன் இசைப்பர். மிகுந்த ஓசை எழுப்புவது உச்சம். இளகிய ஓசையை எழுப்புவது மந்தம்.

சாமியாடுபவரின் உக்கிரத்தை அதிகரிக்க உச்சம் இசைக்கப்படும். சோகத்தை உணர்த்த மந்தம் இசைக்கப்படும்.

முதலில் மகுடம் வாசிக்கப்படும். உடன்பாடுபவர் ஜால்ராவால் தாளம் போடுவார்.

ஆசிரியர் பாடும் பொழுது இடதுகாதை இடது கையால் பொத்தி, வலது கையை வீசிப்பாடுவார். இது இசை கலந்த உரையாக இருக்கும். இடையிடையே பாடல்கள் வரும். இதில் கர்நாடக சங்கீதம், கிராமிய இசை போன்ற இசைச் கூறுகளும், கல்யாணி, ஆனந்த பைரவி, முகாரி, பூபாளம், தோடி, நாட்டை, அடாணா, பைரவி இராகங்களும் இடம்பெறும். தோலால் ஆன இசைக் கருவி என்பதால் இடையிடையே நெருப்பில் காட்டி உரம் ஏற்ற வேண்டும்.

ஒப்பனை

உடம்பு முழுவதும் திருநீறு பூசி, இலை தழைகளைக் கட்டிக் கொள்வர். சுடலை மாடன் கோவில் நிகழ்ச்சியின் போது விகாரத் தோற்றத்தைத் தரும் முகமூடியை அணிவர். பெண்களைப் பொறுத்தவரை ஒப்பனை செய்வதுடன் நீளமான கூந்தல் கொண்டையும், கழுத்தில் ஆபரணமும், கைக்கடிகாரமும் கட்டியிருப்பர்.

நடத்தும் முறை

இதில் 7 கலைஞர்கள் இடம்பெறுவர். இதில் இருவர் பெண் வேடம் போட்ட ஆண்கள். தலைமைப் பொறுப்பு ஏற்பவர் அண்ணாவி, ஆசிரியர் எனப்படுவார். ஒரு துணைப் பாடகர், ஜால்ரா இசைப்பவர், மகுடம் வாசிப்பவர் இருவர் இருப்பர். மகுடம் வாசிப்பவர் ஒருவர் அண்ணாவியின் பாட்டைப் பின்பற்றி பின்பாட்டு பாடுவார்.

இதில் அண்ணாவி மேடையின் நடுவில் நிற்பார். இவர் மேல் துண்டை வேட்டிக்கு மேல் இடுப்பில் கட்டிக் கொள்வார். அண்ணாவி பாடும் போது அவருக்கு இருபுறம் ஒவ்வொருவர் நின்று கொண்டு காலைத் தட்டி சலங்கையொலி எழுப்புவர். பெண் வேடமிட்டவரின் நடனத்தில் நளினம் மிகுந்து காணப்படும்.

உழைக்கும் மக்களாகிய நாட்டுப்புற மக்களிடம் பலவிதமான இசை, நாடகக் கலைப் பண்புகள் இன்றும்

வழங்கி வருகின்றன. பரம்பரை பரம்பரையாக வாழும் கிராமியக் கலைஞர்கள் கூத்துகளை ஆடி வருகின்றனர். அவர்களால்தான் கிராமியக் கலைகள் காப்பாற்றப்பட்டும் வருகின்றன. நாட்டுப்புறக் கலைகள் தமிழ்நாடக வளர்ச்சிக்குப் பெருந்துணையாகவும் விளங்கி வருகின்றன. மேலும் பல ஆடல்கள் நாடகத்தின் பகுதிகளாகவே உள்ளன. நாடகக் கூறுகள் நிறைந்த சில, குறிப்பிட்ட ஆடல்களை ஆய்வது தொன்மை நாடகப் போக்கை உணர உதவும்.

இதுபோன்று ஒவ்வொரு பகுதியிலும் ஒவ்வொரு விதமான கலைகள் உள்ளன. இந்தக்கலைகள் வெளியே தெரியாமல் உள்ளன. மேலும் நாடகம், வீதி நாடகம், இசை நாடகம், நாட்டிய நாடகம், பரதநாட்டியம், இசைச் சிற்பம் போன்ற பல கலை நிகழ்ச்சிகளும் நடைபெற்று வருகின்றன.

○○○

21

பொம்மலாட்டம் (பாவைக்கூத்து)

பொம்மைகள் வைத்து நிகழ்த்துவதால் பாவைக் கூத்து எனப்படுகிறது. பொம்மைகள் தோல் பொம்மைகள், மண் பொம்மைகள் என இருவகைப்படும்.

தமிழ் நாட்டில் இக்கலை தஞ்சை, திருச்சி, இராமநாதபுரம், நெல்லை, குமரி ஆகிய மாவட்டங்களில் நடத்தப்படுகிறது. பாவைகளை மரத்தாலும், தோலாலும் செய்து நூல்களைக் கட்டி ஒரு திரைக்குப் பின்னாலிருந்து ஒருவர் ஆடியசைத்துக் கதைகளை விளங்கச் செய்யும் நாட்டுப்புறக் கலைக்கு "பாவைக் கூத்து" எனப்பெயர். மரப்பாவைகள் நல்ல ஆடைகள் அணிவிக்கப் பெற்றிருக்கும் தரையில் புரளுமாறு ஆடைகள் பெரிதாக இருக்கும் காண்பதற்கு கால்களே இல்லாமல் மனப்பாவனையில் கால்கள் உள்ளது போல் காட்டப்பெறும். கயிறுகள் இன்றி பொம்மைகள் தாமே இயங்குவதாக மனத்தோற்றத்தை முழுமையாகத் தோற்றுவிக்கிறபோது அது கலையாகிவிடுகிறது.

பொம்மலாட்டம்

தோல், மரம் அல்லது மண்ணில் செய்த பொம்மைகள் இதில் பயன்படுத்தப்படும். பொம்மைகளை வைத்து கதைகளைச் சொல்வதால் இது பொம்மலாட்டம். இதைப் பாவை கூத்து என்றும் சொல்வது வழக்கம்.

மிகவும் மெல்லிய நூல்களை பொம்மைகளில் இருந்து கட்டித் தொங்கவிட்டு இருப்பர். திரைமறைவில் இருந்து கயிற்றை இழுப்பதன் மூலம் பொம்மையை இயக்குவர். அவற்றை இயக்குவதற்குத் தனித் திறமை வேண்டும்.

அப்படிப்பட்ட தனித்திறம் கொண்டவர் தான் செல்வராஜ் என்ற பொம்மலாட்டக் கலைஞர். இவரின் திறமையை தசாவதாரம் திரைப்படத்தில் 'முகுந்தா முகுந்தா' பாடலில் காணமுடியும். சென்னையில் வசித்துவரும் இவரின் குடும்பம் பதினைந்து தலைமுறையாக பொம்மைகளோடு தான் வாழ்க்கையை நகர்த்துகிறது. ராமாயணம், மகாபாரதம், அரிச்சந்திர புராணம் போன்ற கதைகள் பொம்மைகள் வழியாக இவரால் சொல்லப்படுகிறது.

தமிழ் நாட்டில் இக்கலை தஞ்சை, திருச்சி, இராமநாதபுரம், நெல்லை, குமரி ஆகிய மாவட்டங்களில் நடத்தப்படுகிறது.

இது தமிழர்களின் மிகப் பழமையான மரபு வழிக்கலைகளில் ஒன்று. இது கலை தழுவிய கூத்து வகையைச் சேர்ந்தது. பொம்மைக்குப் பின்பக்கம் திரையைக் கட்டி அந்தப் பக்கம் கலைஞர் இருப்பார். பொம்மையின் உடல் உறுப்புகளில் நுட்பமாகக் கட்டப்பட்ட கயிறுகளைத் தன் விரல்களில் இணைத்து உயிரோட்டத்துடன் பொம்மைகளை இயக்குவர். கதைக்கு ஏற்றபடி பொம்மைகள் நடக்கும், ஓடும், ஆடும், பேசும்.

இதனை மரப்பாவைக் கூத்து, பாவைக் கூத்து என்றும் குறிப்பிடுவர்.

இக்கலை ஆந்திராவில் கொய்யா பொம்மலாட்டா எனவும், கர்நாடகாவில் சூத்ரதா எனவும், மேற்குவங்கத்தில் சுத்தோர் புதூல் எனவும், அசாமில் புதலா நாச் எனவும், ராஜஸ்தானில் காத்புட்லி எனவும், மகாராஷ்டிராவில் காலா சூற்றி பஹுல்யா எனவும் ஆங்கிலத்தில் மேரியோனெட்டு (Marionette) எனவும் குறிப்பிடப்படுகிறது.

இதில் மொத்தம் 9 கலைஞர்கள் பங்கேற்பர். இதில் 4 பேர் பொம்மைகளை இயக்குவர். ஒருவர் உதவியாளர்.

ஆர்மோனியம், தபேலா, மிருதங்கம், ஜால்ரா, முகவீணை ஆகிய இசைக்கருவிகள் இந்த நிகழ்வில் பயன்படுத்தப்படும். தற்போது மின் இசைக் கருவிகள் பயன்படுத்தப்படுகின்றன.

அரங்கு

இதற்கான அரங்கு 6 மீட்டர் நீளம், 4 மீட்டர் அகலம் 3 மீட்டர் உயரம் கொண்டதாகவும், 3 பக்கமும் அடைக்கப்பட்டதாகவும் இருக்கும்.

அரங்கின் வலப்புறம் இசைக்கலைஞர் இருப்பர். முன்புறத்தில் 1 மீட்டர் இடைவெளி விட்டு கறுப்பு திரை கட்டப்பட்டிருக்கும். திரைக்குப் பின்னால் நின்று கொண்டிருக்கும் பொம்மலாட்டக் கலைஞர் வெளியே தெரியாதபடி திரை உயரமாக அமைக்கப்பட்டிருக்கும். பொம்மைகள் தொங்குவதற்கான கயறுகள் திரையின் மேல் கட்டப்பட்டிருக்கும்.

பொம்மைகள் :

கல்யாண முருங்கை அல்லது முள் முருங்கை கொண்டு பொம்மைகள் செய்வர். மரக்கட்டைகளை நீரில் ஊர வைத்து பின் உலர வைத்து தலை, கால், கை எனப் பொம்மையின் உருவங்களைத் தனித்தனியே வெட்டி உருவாக்குவர். பின் மீண்டும் நன்கு உலர வைத்து இணைப்பர். உறுப்புகள் தனித்தனியே இயங்கும்படி இருக்கும்.

இந்தப் பொம்மைகள் 45 செ.மீ. முதல் 90 செ.மீ. வரை உயரத்துடன் இருக்கும். கதாபாத்திரத்திற்கு ஏற்ப பொம்மைக்கு

வண்ணம் தீட்டப்பெறும். முன்காலத்தில் மஞ்சள் நிறம் மட்டுமே தீட்டப்பட்டது. ஆனால் இப்போது பொம்மையை அழகுபடுத்த பல வண்ணங்கள் தீட்டப்படுகின்றன.

இயக்கும் முறை

பொம்மையை இயக்க சில வகைகள் உண்டு. பொம்மையின் உறுப்புகளைக் கட்டி அதை ஒரு குச்சியில் கட்டி அந்தக் கட்டையை அசைத்து இயக்குவதன் மூலம் பொம்மையை இயக்குவர்.

பொம்மையின் உறுப்புகளின் கயிறுக்குப் பதில் மெல்லிய கம்பிகளைப் பிணைந்து அதை ஒரு வளையத்தில் இணைத்து பொம்மையை இயக்கும் கலைஞர் தனது தலையில் மாட்டிக் கொண்டு இயக்குவது ஒரு வகை.

திரைக்குப் பின்னால் மறைவாக இருக்கும் கலைஞர் மேலும் கீழும் ஆட்டுதல், பக்கவாட்டில் ஆடுதல் என இரு வகைகளில் பொம்மை இயக்கப்படும். அப்போது பொம்மைகள் உயிர்பெற்று திரைக்கு முன்னே ஆடிப்பாடி பேசுவது போன்று காட்சிதரும்.

இதில் 2 முறைகள் பின்பற்றப்படுகின்றன. 1. கும்பகோணம் கலைப்பாணி 2. சேலம் கலைப்பாணி. கும்பகோணம் கலைப்பாணியைப் பின்பற்றுபவர்கள் கர்நாடக இசையை ஒட்டி பாடல்களைப் பாடுவர். சங்கரதாஸ் சுவாமிகளின் நாடகப்போக்கைக் கையாளும் இவர்கள் பொம்மையைக் கம்பிகளில் இணைக்கிறார்கள். ஆர்மோனியத்திற்குப் பதில் முக வீணையைப் பயன்படுத்துவர்.

இக்கலை 10 ஆம் நூற்றாண்டு முதல் காணப்படுகிறது. ஆனால் இப்போது போதுமான ஆதரவின்றி இக்கலை நசிந்து வருகிறது.

பொம்மலாட்டக்காரர்கள் தாங்கள் தொன்று தொட்டு நடத்தி வந்த பழங்கதைகளை விட்டு தற்காலத்திற்கேற்ப வரதட்சணை கொடுமை, பால்ய திருமணம், பெண் சிசுவதை, குடும்பக் கட்டுப்பாடு, காற்று, நிலம், நீர் ஆகியவற்றைப்

பாதுகாப்பதன் அவசியம் என சமூக நலக் கருத்துகளைக் கொண்ட நிகழ்ச்சிகளை நடத்துகின்றனர்.

மாடாட்டம்

மாடாட்டம் என்பது மாடு போன்று வேடம் அணிந்து ஆடப்படும் ஒரு நாட்டுப்புற ஆடற்கலை ஆகும். இதில் வேகமான காலசைவுகள் உண்டு. பொதுவாக பறை இசையுடன் வேறு பல ஆட்டங்களுடன் மாடாட்டமும் நிகழும்.

உடுக்கடிப்பாட்டு

மழையின்றித் தவிக்கும் காலத்தில் பல ஊர்களில் உடுக்கடிப்பாட்டு நடத்தப்படும் இராமநாதபுரம், மதுரை, புதுக்கோட்டை மாவட்டங்களில் இக்கலை நிகழ்ச்சி பிரபலமாக உள்ளது. காத்தவராயன் கதையைப் பாடுவதே பெரு வழக்கமாக உள்ளது.

○○○

22

உறியடி விளையாட்டு

உறியடி என்பது ஒரு கிராமியக் கலையாகக் கருதப்படுகிறது. உறியடி விழா என்பதும் கோவில் சார்ந்த கலையாகக் கருதப்படுகிறது. உறி 10 அல்லது 15 அடி உயரத்தில் தொங்கிக் கொண்டு இருக்கும். உறியை அடிப்பவர் மூன்று அடி நீளமுள்ள கம்புடன் காத்திருப்பர்.

உறியடி

முட்டி உடைத்தல் அல்லது உறியடி என்பது ஒரு தமிழர் விளையாட்டு ஆகும். பொங்கல் பண்டிகை மற்றும் கிருஷ்ண ஜெயந்தி போன்ற விழாக் காலங்களில் உறியடி ஆட்டத்தை கிராமங்களில் காண இயலும். இரண்டு கம்புகளுக்கிடையே ஒரு குறிப்பிட்ட உயரத்தில் முட்டி ஒன்றை (மண்பானையை) மஞ்சள் கலந்த நீர் ஊற்றி, மரத்தில் அல்லது தடியில் கயிறுகளால் உயரக் கட்டுவார்கள். உடைக்க முனைபவரின்

கண்கள் கட்டுப்பட்டு, திசையை குழப்பி விடுவர். முட்டியை உடைக்க ஒரு நீளமான மூங்கில் கம்பினைக் கொடுப்பார்கள். கண்களைக் கட்டியிருக்கும் நபர் முட்டி இருக்கும் இடம் உணர்ந்து சரியாக முட்டியை உடைத்தால் அவர் வெற்றி பெற்றவராவார்.

இது இளைஞர் விளையாட்டு. கண்ணன் பிறந்தநாளில் பொதுவாக நடத்தப்பட்டிருக்கிறது.

இதில் உயரே ஒரு கயிற்றில் இணைக்கப்பட்டிருக்கும் பானையைக் கயறில் கட்டி அதை ஒருவர் பிடித்துக் கொள்வார். கண்ணைக் கட்டியபடி அந்தப் பானையை அடிப்பவர் அடித்து விடாதபடி கயிறை மேலே இழுப்பார். பானை உயரே செல்லும். இப்படி ஏற்றி இறக்கி விளையாடுவர்.

உரிமரம்

உறியடி விளையாட்டின் தொடர்ச்சியாக உரிமரம் ஏறுதல் நடைபெறும். வழுவழுப்பான மரத்தில் வெண்ணெய் அல்லது விளக்கெண்ணெய் பூசுவர். மரத்தின் உச்சியில் கட்டப்பட்டிருக்கும் கட்டை எடுக்க வேண்டும். மரம் வழுக்குவதால் ஏறுவது சிரமம். மேலும் சுற்றி இருப்பவர் ஏறுபவர் முகத்தில் தண்ணீர் அடிப்பர். இந்தத் தடைகளை எல்லாம் மீறி ஏற வேண்டும்.

அங்கப்போர்:

அங்கப்போர் ஒரு சிங்களத் தற்காப்பு அல்லது சண்டைக் கலையாகும். அனுராதபுரம் சிங்கள அரசின் தலைநகராக இருந்த போது அரச வம்சத்தினரும் பிரபுக்களும் பயிலும் கலையாக தோற்றம் பெற்றது. காகவண்ண தீசனின் பத்துத் தளபதிகள் இந்தக் கலையில் வல்லவர்கள் என இராஜவலிய என்னும் இலக்கியம் குறிக்கிறது. இலங்கையின் கண்டிய அரசு ஆங்கில காலனித்துவத்துக்கு உட்பட்ட போது இக்கலை தடைசெய்யப்பட்டு, அழியலாயிற்று.

○○○

23

களரி

களரிப்பயிற்று என்பது பழந்தமிழகத்தில் தோன்றிய ஒரு தற்காப்புக் கலையாகும். இது அடிமுறை என்றும் அழைக்கப்படும். இன்று இது கேரளாவிலும் பயிலப்படுகிறது எனினும், நெடுங்காலமாக தமிழர் பயன்றுவந்த விருத்தி செய்த தமிழர் தற்காப்புக் கலைகளில் இதுவும் ஒன்று. இந்தக் கலை பற்றிய பழைய ஏடுகள் தமிழிலேயே உள்ளன என்பது இதற்குச் சான்றாகும். களரிபயத்து அடித்தல், உதைத்தல், கொழுவிப் பிடித்தல், தொடர்தாக்குதல், நகர்வுகள், ஆயுதங்கள் ஆகியவற்றையும், உடற்பிடித்தல் மூலிகைகள் போன்ற மருத்துவ நுணுக்கங்களையும் உள்ளடகிய ஒரு முழுமையான கலையாகும்.

வாள், கத்தி, சுருள்வாள், மான்கொம்பு, கண்டகோடாலி, மழு போன்ற ஆயுதங்களை களரி விளையாட்டில் பயன்படுத்துவர். களரி, வடக்கன் களரி, தெக்கன் களரி என இருவகைப்படும். கன்னியாகுமரி, நெல்லை, தூத்துக்குடி ஆகிய பகுதிகளிலும் கேரளாவிலும் இக்கலை வடிவம் உள்ளது. களரி வீரர்கள் களரி நிகழ்வின் போது கடவுள், குரு, ஆயுதம், களம் ஆகியவற்றை வணங்கி பின் துவங்குவர். களரி கற்றுக் கொடுக்கும் ஆசான் அல்லது குரு மருத்துவம் தெரிந்தவராகவும் இருப்பார்.

சங்கப்பாடல்களான அகநானூறு, புறநானூறு பாடல்களில் களரி குறித்து பாடப்பட்டுள்ளதே இதன் பழமைக்குச் சான்றாகும். சங்ககால மன்னர்கள் தங்கள் படைவீரர்களுக்கு இக்கலையைப் பயிற்றுவித்து வந்தனர்.

இதற்குத் தலைமை ஏற்கும் குரு பட்டதிரி எனப்படுவார். களரி பயிலும் மாணவர்கள் சட்டர்கள் எனப்படுவர்.

குழிக்களரி

களரி பயிற்றுவிக்கும் இடம் குழிக்களரி எனப்படும். இது நிலமட்டத்திருந்து 3 முதல் 4 அடிக்கு மண்களை அகற்றுவர். இக்குழி 42 அடி நீளமும் 21 அடி அகலமும் கொண்டது.

களரியின் தென் மேற்கு மூலையில் மிகவும் புனிதமான பூத்தாரையும் அதனை ஒட்டி குருதாரையும் அமைந்திருக்கும். பூத்தாரை ஒடுங்கிச் செல்லும் ஏழு அடுக்குகளைக் கொண்டது. முதல் ஆறு அடுக்குகளில் 3 தீபங்கள் ஏற்றப்பட்டு தீபங்களுக்கு இடையே மலரால் அலங்காரம் செய்யப்படும். இறுதி அடுக்கில் ஒற்றை விளக்கு எரியும். இந்த ஒவ்வொரு அடுக்கும் களரிக்கு உரிய தெய்வங்களுக்கு உரியது.

முதல் அடுக்கு விக்னேசம். சக்தி மற்றும் ஆரம்பத்தைக் குறிக்கும். இரண்டாம் அடுக்கு சண்டிகம். பொறுமை மற்றும் முயற்சியைக் குறிக்கும். மூன்றாம் அடுக்கு விஷ்ணு. கட்டளையிடும் சக்தி. நான்காம் அடுக்கு வடுசீகம். நிலை மற்றும் ஆயுதபிரபாகம். ஐந்தாம் அடுக்கு தடாகுரு. குருசக்தி மற்றும் பயிற்சி. ஆறாம் அடுக்கு காளி. ஆவேசம் மற்றும் வெளிப்படுதல். ஏழாம் அடுக்கு வாகீச புருஷன். குரல் மற்றும் ஓசை.

பூத்தாரைக்கு அருகில் நந்தா விளக்கு (அணையா விளக்கு) ஏற்றப்பட்டிருக்கும். அதற்கு அருகே குருதாரை எனப்படும் குருவை வழிபடும் இடம் இருக்கும்.

குருதாரையில் களரியின் முன்னால் குருக்களின் ஆயுதங்கள் எண்ணெய் பூசப்பட்டு பளபளப்பாக விளங்கும். அவையும் பூக்களால் அலங்கரிக்கப்பட்டிருக்கும். அனைத்து சட்டர்களும் பூத்தாரை மற்றும் குருதாரையை வணங்கிய பின்னரே பயிற்சியில் ஈடுபட வேண்டும்.

களரிப்பட்டு நான்கு பகுதிகளாகப் பிரிக்கப்படும். அதில் முதல் பயிற்சி முறை மெய்ப்பயட்டு எனப்படும்.

இது ஒருவகை தயாராகும் பயிற்சி (Warmup) ஆகும். ஒரு சந்தத்தில் அமைந்த பல சிறிய உடலசைவு முறைகளை ஒன்றாக்கி மெய்ப்பயட்டு உருவாக்கப்பட்டுள்ளது.

தினசரி பயிற்சிக்கு முன்பாக இந்தப் பயிற்சியைச் செய்து உடலைத் தயார் செய்ய வேண்டும். அதன்பின்பே பயிற்சியில் ஈடுபட வேண்டும்.

இரண்டாவது நிலை கோல்தாரிபயட்டு எனப்படும். இங்கு மரத்தால் ஆன ஆயுதங்கள் மட்டுமே பயன்படுத்தப்படும். சரீரவடி எனப்படும் ஆளுயர மூங்கில் கம்பும், செறுவடி எனப்படும் சிறிய தடியும் முக்கிய ஆயுதமாகும். இது சிலம்பாட்டத்திற்கு இணையானது எனலாம். இதன்போது வாய்பயட்டு என்னும் சொற்கட்டளை பயிற்சி அளிக்கப்படும். இதில் கெட்டுகாரி என்னும் கட்டளைத் தொகுப்புகள் பயிற்றுவிக்கப்படும்.

மூன்றாவது நிலை அங்கத்தாரிபயட்டு, ஆயுத்தப்பயட்டு எனப்படும். வெட்டும் முனைகளைக் கொண்ட கூர்மையான ஆயுதங்களைப் பயன்படுத்தும் முறை அளிக்கப்படும். ஈட்டி, வாள், கேடயம், வேல், சுருள், கத்தி, உறுமி, கதை, கட்டாரி, கொம்பு வடிவிலான ஓட்டம், உலோக பூமராங்கான வளரி மற்றும் குந்தம் எனப்படும் பல ஆயுதங்களைப் பயன்படுத்தக் கற்றுத்தரப்படும்.

இறுதியில் ஆயுதங்கள் இன்றி வெறும் கையால் சண்டையிடப் பயிற்சி அளிக்கப்படும். இந்தச் சமயத்தில் நிற்க வேண்டிய முறை பயிற்றுவிக்கப்படும். விலங்குகள் பொதுவாக நிற்கும் முறைகளைக் கொண்டே இவைகள் உருவாக்கப்பட்டுள்ளன.

சிம்ஹ (சிங்க) வடிவு, கஜ (யானை) வடிவு, அசுர (குதிரை) வடிவு, சர்ப்ப (பாம்பு) வடிவு, மயூர (மயில்) வடிவு எனப் பல நிற்றல் முறைகள் உண்டு. சில நிற்றல் நிலைகளுக்கென சிறப்பான உச்சாடன மந்திரங்களும் உண்டு. குறிப்பிட்ட நிலையில் நின்று அதற்குரிய மந்திரத்தை உச்சாடனம் செய்தால் முழு ஆற்றலுடன் எதிரியைத் தாக்கலாம்.

இவ்வாறான நிலைகளிலிருந்து மீண்டும் சாதாரண நிலைக்கு வருவது கைக்குத்தி பயட்டு எனப்படும்.

இதில் தாக்குதல் மட்டுமன்றி மருத்துவ முறைகளும் மசாஜ் முறைகளும் கற்றுத் தரப்படும். வீரர்களின் உடலை நீவிவிட்டு தசைகளை இளக்கமாக வைக்க இந்த மருத்துவம் (மெய்யுழிச்சல் முறை) பயன்படுகிறது.

தற்போது இது நரம்புக்கோளாறு உள்ள நோயாளிகளுக்கும் தரப்படுகிறது.

வடக்கன் - தெற்கன்

களரியை இருவகையாகப் பிரிக்கலாம். வடக்கன் முறை களரி, தெற்கன் களரி எனப்படும். வடக்கன் முறைகளரி பரசுராமர் அருளியது. தெற்கன்முறை களரி அகத்தியர் அருளியது. வடக்கன் களரி கற்றவர்கள் வாள் பயட்டிலும், சுருள்வாள் வீசுவதிலும் சிறந்து விளங்குவர்.

தெற்கன் களரி பயிற்சி பெற்றவர் வெறுங்கை, அங்கையப் பயட்டு என்னும் ஆயுதமில்லாதத் தாக்குதலில் சிறந்தவர்கள். இதில் இவர்கள் வர்மக்கலையைப் பயன்படுத்துவர். படுவர்மம், தொடுவர்மம், நோக்குவர்மம், தட்டுவர்மம், நுனிவர்மம் முதலிய தாக்குதல் கலையின் மூலம் எதிரியைச் செயலிழக்கச் செய்வர்

கதகளி கலைஞர்கள் இந்தக் களரி முறையைப் பயில்வர். அவர்கள் நடனத்திற்கு சிறந்த அசைவுகளுக்குப் பயன்படுகிறது.

ooo

24

வர்மக் கலை

வர்மக்கலை என்பது உடலின் முக்கிய நாடிகள், நரம்புகள் அல்லது புள்ளிகளைப் பற்றிய அறிவை மையமாக கொண்ட ஒரு தற்காப்புக் கலையாகும். கரமடி, உடல் அசைவுகள், ஆயுதங்களை உபயோகித்து சண்டை ஆகிய அம்சங்களும் இதில் அடங்கும். வர்மக் கலை தமிழ் மரபில் தோன்றிய ஒரு கலையாகும். வர்ம சூத்திரம் எனப்படும் தமிழ் மருத்துவ விஞ்ஞானத்தை அடிப்படையாக வைத்து தொடங்கப்பட்டுப் பின்னர் ஒரு தற்காப்புக்கலையாக வளர்த்தெடுக்கப்பட்டது.

இது முற்றிலுமாக அழியும் நிலையில் உள்ளது. முற்காலத்தில் குருசிஷ்ய முறையில் கற்பிக்கப்பட்ட நிலையில், இதைத் தவறாகப் பயன்படுத்தியதன் காரணமாக இது குருக்களால் கற்பிக்கப்படாமல் முற்றிலுமாக அழியும் நிலையை எட்டிவிட்டது.

வர்மம் பற்றிய அறிவைப் பெற்றிருப்பதன் மூலம் மருத்துவம் செய்யவும் தற்காப்புக் கலையாகவும் பயன்படுத்தலாம். இது 5000 ஆண்டுகள் பழைமை வாய்ந்த மருத்துவக்கலை. இது லெமூரியாக் கண்டத்தில் தோன்றியது. இக்கலை இப்போது கன்னியாகுமரி மாவட்டத்தில் உள்ளது.

வர்மம் செயல்பாடு

வாதவர்மம் 64, பித்தவர்மம் 24, கபவர்மம் 6, உள்வர்மம் 6, தட்டுவர்மம் 8 ஆக மொத்தம் 108.

இக்கலை முற்றிலும் அழியும் நிலையில் காணப்படுகிறது. குரு – சிஷ்ய முறையில் கற்பிக்கப்பட்ட நிலையில் சிலர் இதைத் தவறாகப் பயன்படுத்தியமையால் குரு பிறருக்கு கற்பிப்பதைத் தவிர்த்துவிட்டனர்.

இந்தக்கலையை மையமாக வைத்து 'இந்தியன்' திரைப்படம் வெளிவந்தது. அதன் பின்னரே பலருக்கும் இப்படி ஒரு கலை இருப்பது தெரிய வந்தது.

வர்மம்

உடலின் குறிப்பிட்ட சில நரம்புகளில், குறிப்பிட்ட இடங்களில், குறிப்பிட்ட அளவில் தட்டினால் ஒருவர் உணர்விழப்பார். அந்தக் குறிப்பிட்ட இடங்களே வர்மம் எனப்படும். உடல் சீராக இயங்குவதற்காக உடலின் 108 இடங்களில் நின்று இயங்கும் உயிர்நிலைகளே வர்மங்கள் எனப்படும். நரம்புகள், மூட்டுகள், தசைநார், தசைகள் அல்லது உறுப்புகள் போன்றவை. அதாவது உயிர்நிலைகளின் ஓட்டம் எனக் கூறுவர். 108 வர்மங்களில் 12 படு வர்மங்களும் (மரணம் ஏற்படுத்தக்கூடியவை), 96 தொடு வர்மங்களும் உள்ளன. வர்மத் தாக்கத்திற்கு மாற்றீடாக மேற்கொள்ளப்படும் வர்மம் மயக்க நிலையிலிருந்து சுகமளிக்கக்கூடியது.

வர்ம முனைகள்

கழுத்துக்கு மேல் *25*

கழுத்திலிருந்து தொப்புள் வரை *45*

தொப்புள் முதல் மூலாதாரம் வரை *9*

இரு கைகளிலும் *14*

இரு கால்களிலும் *15*

ஆக மொத்தம் *108*

○○○

25

நாட்டுப்புற நாடகம்

விழாக்களின் போது நடத்தப்படும். பெரும்பாலும் இரவில் தொடங்கி விடிய விடிய நடைபெறும். வள்ளி திருமணம் போன்ற நாடகங்கள் நாட்டுப்புற மக்களிடையே சிறப்புற்றவை. இந் நாடகங்கள் தற்காலச் சமுதாயத்திற்கு ஏற்பவும் வசனங்களில் சில மாற்றங்களை உள்வாங்கிப் பேசும். இதைப் பெரும்பாலும் நகைச்சுவைப் பகுதியில் காணலாம். நாட்டுப்புற நாடகக் கூறுகளாகத் தற்போது சமூக விழிப்புணர்வு, தேர்தல் பிரச்சாரம், மக்கள் தொகைக் கட்டுப்பாடு போன்ற கருத்துகளும் உள்ளடங்கியுள்ளன எனலாம்.

நாட்டுப்புற இசை

நாட்டுப்புற இசையினை வில்லுப்பாட்டில் காணமுடியும். இதில் வில்லுடன், இசைக் கருவிகளாக உடுக்கு, குடம், தாளம், கட்டை என்பனவற்றையும், பம்பை, உறுமி, தக்கை, துந்துபி என்ற நான்கு கருவிகளையும் சேர்த்து எட்டு வகையான பக்கக் கருவிகள் பயன்படுத்தப்படுகின்றன. இந்த வில்லுப்பாட்டும் தற்பொழுது சமுதாயக் கருத்துகளை மக்களிடையே கொண்டு சேர்க்கப் பயன்படுத்தப்படுகின்றது.

நாட்டுப்புற நடனம்

நாட்டுப்புறவியலில் நடனம் என்று குறிக்காமல் ஆட்டம் என்று தான் வழங்கப்படுகிறது. கரகாட்டம், மயிலாட்டம், ஒயிலாட்டம், கணியான் ஆட்டம் போன்ற ஆட்டங்களைக் குறிப்பிட்டுச் சொல்லலாம்.

❍❍❍

26

பட்டிமன்றம்

தமிழர் சிந்தனை கலை வெளிபாட்டு வடிவங்களில் சிறப்பான ஒரு வடிவம் பட்டிமன்றம் ஆகும். முரண்பாடான பலநோக்கங்ளை உடைய கருத்துக்களை விவரிக்க, விவாதிக்க, பரப்புரைக்க பட்டிமன்றங்கள் உதவுகின்றன. வன்முறையற்ற, பண்புபட்ட முறையில், கருத்துக்களையும் பேச்சுத் திறனையும் முன்வைத்து, சிக்கலான பிரச்சினைகளை அலச பட்டிமன்றங்கள் உதவுகின்றன.

பொதுவாக ஆங்கில அல்லது மேற்கத்தைய விவாதங்களின் போது ஒரு விடயத்தை இரு துருவங்களில் இருந்தே வாதிப்பர். அதாவது சார்பு, எதிர்ப்பு. தமிழ்ப்பட்டிமன்றங்களில் மும்முனை அல்லது பல்முனை விவாதங்கள் வழக்கமாக அமைகின்றன.

பட்டிமன்றங்களைப் பொது மக்களிடம் கொண்டு சேர்த்ததில் தொலைக்காட்சிகட்குப் பெரும்பங்கு உண்டு. பண்டிகை விடுமுறை நாட்களிலும், தேசிய விடுமுறை நாட்களிலும் சிறப்பு பட்டிமன்றங்களை நடத்தி இதனைப் பிரபலப்படுத்தியது தொலைக்காட்சிகளே!

சில குறிப்பிட்ட பட்டிமன்றப் பேச்சாளர்களின் பேச்சுகள் மக்களைப் பெரிதும் கவர்ந்துள்ளன. இதனை வைத்தே சில தனி நிகழ்ச்சிகளிலும் (கல்யாணமாலை போன்ற) புத்தகக் காட்சி விழாக்களிலும் பட்டிமன்றங்கள் நடைபெறுகின்றன.

இதில் சாலமன் பாப்பையா, திண்டுக்கல் ஐ.லியோனி, விசு, கு. ஞானசம்பந்தன், வெ. இறையன்பு, பாரதி பாஸ்கர், ராஜா போன்றோர் சிறப்பிடம் பெறுகிறார்கள். இதில் இலக்கியம், நகைச்சுவை, அரசியல் சார்ந்த பட்டிமன்றங்கள் அதிகம் நடைபெறுகின்றன. கல்வி, மருத்துவம், அரசுப்பணி, வெளிநாடு வாழ் தமிழர்கள் பிரச்சனை, தனியார் மயமாக்கல் போன்ற ஆக்க பூர்வமான பட்டிமன்றங்களும் அதிகம் உண்டு.

இதன் விரிவாக்கமே நீயா நானா, தமிழா தமிழா போன்ற தொலைக்காட்சி நிகழ்வுகள் எனலாம்.

○○○

27

கூத்து

இயல், இசை, நாடகம் மூன்றும் சேர்ந்த தமிழை முத்தமிழ் என்கிறோம். நாடகம் என நாம் கூறுவதைப் பழந்தமிழ் கூத்து என்று வழங்குகிறது. கூத்து ஆடுவோர் கூத்தர் எனப்பட்டனர். கூத்து அகக்கூத்து, புறக்கூத்து என இரு வகைப்படும். அகக்கூத்து என்பது வீட்டுக்குள் ஆடப்படும் வரிக்கூத்து. புறக்கூத்து பொதுமக்கள் முன்னிலையில் நடைபெறுவது.

பழங்காலம்

சங்ககாலத்தில் மூன்று வகையான கூத்துகள் நிகழ்ந்துள்ளன. குரவை, தழூஉ, பிணை என்பன அவை. தெய்வ ஆடல்கள் பதினொன்றும் கூத்தின் வகைகளே. கூத்தினை உணர்த்தும் சொற்கள் பல.

பொழுதுபோக்கு

கூத்து தமிழர்களின் பாரம்பரிய நாட்டார் கலை வடிவங்களில் ஒன்று. கிராமத்தின் மண்வாசனையையும், கிராம மக்களது வாழ்வாதாரங்களையும், அவர்கள் மதம் மீது கொண்ட பற்றுதலையும் வெளிப்படுத்தும் வகையில் அமைவது கூத்துக்கலை. கூத்துக்கள் பல்வேறு செய்திகளை சமூகத்திற்குச் சொல்கின்றன.

முற்காலத்தில் வாழ்ந்தவர்கள் பொழுதுபோக்கிற்காகவும், தங்களது களைப்பைப் போக்கும் செயற்பாடாகவும் ஒரு முற்றத்தில் ஒன்று கூடி ஆடிப்பாடி மகிழ்ந்தனர். அதுவே நாளடைவில் பல்வேறு பரிணாமங்களைப் பெற்று

கலைகளாகத் தோற்றம் பெற்றது. அவர்கள் அன்று பொது முற்றத்தில் ஆடியவை இன்று கூத்து என்ற பெயரைப் பெற்று வளர்ந்து நிற்கின்றன. பல நூற்றாண்டுகளுக்கு முன்பாக இந்தக் கூத்துக்கள் உருவாக்கப்பட்டிருந்தாலும் இந்தக் கூத்துக்களின் கதையம்சமும், கூத்துக்களினூடாகக் கூறப்படும் செய்திகளும் தற்போதைய சமூகத்தினரையும் ஈர்ப்பவையாக அமைந்துள்ளன.

புத்துயிர்

"ஈழத்துக் கூத்தின் வரலாற்றை எடுத்து நோக்கும்போது, கூத்தின் புத்தாக்கத்தில் இரண்டு சொற்கள் பயன்பாட்டில் உள்ளன. ஒன்று மீள் கண்டுபிடிப்பு, இன்னொன்று மீளுருவாக்கம். 60 களில் இம்மீள் கண்டுபிடிப்பு நடைபெற்றதாகவும், பின்னர் இது மீளுருவாக்கம் பெற்றதாகவும் கூறப்படுகின்றது."

தமிழர்களின் பாரம்பரியத்தை அடையாளப்படுத்தும் கலைகளில் கூத்தும் ஒன்றாக விளங்குகிறது. நெஞ்சை அள்ளும் நிகழ்த்து கலைகளுள் தெருக்கூத்தும் ஒன்று. கூத்துக்கலை இசைக்கலையைப் போலவே பழமை வாய்ந்தது என்பார் மயிலை சீனி வேங்கடசாமி.

தமிழ் முத்தமிழ் என வழங்கப்படுகின்றது இயல், இசை, கூத்து என்பன முத்தமிழின் கூறுகள், வரி வடிவத்தில்

இதயத்துக்கு இன்பம் பயப்பது 'இயல்' என்றும், ஒலி நயத்துடன் பாடப்பெறும் பொழுது இசையுடன் இயைந்தது 'இசை' என்றும், மெய்பாடுகளினால் வெளிப்படுத்தப்படுவது 'கூத்து' என்றும் வழங்கப்படுகிறது. ஆடற்கலையும் நடிப்புக்கலையும் ஒருங்கே வளர்ந்தவை 'பாவ, ராக, தாள' வகை கொண்டு பதத்தால் பாட்டுக்கு இயைய நடிப்பது கூத்து என்று அபிதான சிந்தாமணி விளக்குகிறது. கூத்து என்பதை முதன்முதலில் 'நாடகம்' எனக் குறிப்பிட்டவர் இளங்கோவடிகள், இத்தகைய சிறப்பும் பழமையும் வாய்ந்த கூத்துக் கலையின் அக்கால நிலையையும் இக்கால நிலையையும் ஆராய்வதே இக்கட்டுரையின் நோக்கமாகும்.

கூத்து விளக்கம்

"கூத்து" என்னும் சொல் "நாட்டியம்", "நாடகம்" ஆகிய இரு கலைகளுக்கும் பொதுவானதாக வழங்கப் பெற்றுள்ளது. தொல்காப்பியத்தில் "கூத்து", "கூத்தர்" என்னும் சொற்கள் உள்ளன. சங்க இலக்கியங்களிலும் "கூத்து" என்னும் சொல் மிகுதியாக உள்ளது. "கூத்தர் ஆடுகளம் கடுக்கும்" (புறம் 28) "இருவகைக் கூத்தின் இலக்கணம் அறிந்து" (சிலம்பு 3:12) "நாட்டியம் நன்னூல் நன்கு கடைப்பிடித்து" (சிலம்பு 3:46) "நாடகமேத்தும் நாடகக் கணிகை" (சிலம்பு, பதிகம் 15) "கூத்தாட்டு அவைக்களம்" (திருக்.332) என்று சங்க இலக்கியங்களில் காணப்படுகின்றன. வேடம் புனைந்து இரவு தொடங்கி விடியும் வரை கதை தழுவி ஆடப்படும் நாடகமே கூத்து ஆகும். கூத்து எனும் சொல் முதலில் நடனத்தையும் பின்னர் கதை தழுவி வரும் நாடகத்தையும் குறித்தது. கூத்து நடத்தப்பட்ட களத்தை ஒட்டியே அவை தெருக்கூத்து எனப் பெயர்பெற்றது.

கூத்து வகைகள்

கூத்து என்பது பல்வேறு ஆடல்களைக் குறிக்கும் சொல்லாகச் சங்க இலக்கியங்கள் கூறுகின்றன. கூத்துகள் ஏழுவகை என்பர். இவற்றிற்கு முரணான கூத்துகளும் உள்ளன.

1. வசைக்கூத்து புகழ்க்கூத்து
2. வேத்தியல் பொதுவியல்
3. வரிக்கூத்து வரிச்சாந்திக்கூத்து
4. சாந்திக்கூத்து விநோதக்கூத்து
5. தமிழ் ஆரியம்
6. இயல்புக்கூத்து தேசிக்கூத்து
7. வெறியாட்டு

இவைகளில் முதல் ஆறும் இரண்டு வகைகளாக இணைந்து விளங்கும். வசைக்கூத்து என்பது ஒருவரை வசைப்படுத்திக் கூறுதலாகும். இதற்கு முரண்பட்டதாக ஒருவரை ஏற்றிப் பாடுதல் புகழ்க் கூத்தாக அமையும். வேந்தன் முன்னால் ஆடிக் காட்டும் கூத்து வேத்தியல் என்றும் பொதுமக்கள் முன்னர் ஆடிக்காட்டும் கூத்து பொதுவியல் என்றும் அழைக்கப்பட்டன. தலைவனுடைய சாந்த குணங்களைப் பாடுவது வரிக்கூத்து எனவும், தலைவனுடைய சாந்த குணங்களை மாற்றிப் பாடுவது வரிச்சாந்திக் கூத்து எனவும் அழைக்கப்படுகின்றன. தலைவன் இன்பமாக நின்றாடியது சாந்திக்கூத்து என்றும், இதற்கு முரண்பட்டநிலையில் நின்றாடுவது விநோதக் கூத்து என்றும் அழைக்கப்பட்டன. ஆரிய நாட்டினர் வந்து ஆடிக் காட்டும் கூத்து ஆரியக் கூத்து என்றும், தமிழ்நாட்டவரின் கூத்து தமிழ்க்கூத்து எனவும் கூறப்பட்டன. இயல்பாக ஆடும் ஆடலை இயல்புக் கூத்து என்றும் தன் தேசத்திற்கு உரியவைகளை ஆடிக் காட்டுவதனைத் தேசிக் கூத்து என்றும் குறிப்பிட்டனர். தெய்வமேறி ஆடும் ஆடலை வெறியாட்டு என்றனர்.

பண்டைத் தமிழகத்தில் பதினொரு வகையான ஆடல்கள் சிறப்புற்று விளங்கின. சிலப்பதிகாரம் பதினொரு வகை ஆடல்களைக் குறிப்பிடுகிறது. இவைகளை மாதவி இந்திரவிழாவில் பொது மக்களுக்காக (பொதுவியல்) ஆடிக்காட்டினாள். இப்பதினொரு ஆடல்களும் பின்வருமாறு அமைந்தன. அவை, கொடுகொட்டி, பாண்டரங்கம், அல்லியம், மல்லாடல், துடிக்கூத்து, குடையாடல், குடம்,

மரக்கால் ஆடல், பேடியாடல், பாவையாடல், கடையம் என்பனவாகும்.

1. கொடுகொட்டி : கொடுங்கொட்டி என்பதே "கொடுகொட்டி" எனத் திரிந்தது என்று நச்சினார்கினியர் கூறுவார். கி.பி. ஏழாம் நூற்றாண்டில் திருநாவுக்கரசர்,

"கொள்ளைக் காதில் குழைக் காதில் குண்டைப் பூதம்
கொடுகொட்டில் குனித்துப் பாட"

(திரு வெண்காடு, திருத்தாண்டகம், பாடல் 5)

என்று தேவாரப் பாடலில் இக்கூத்தினைச் சுட்டுகின்றார். திரிபுரம் எரியும்போது கோபத்தினால் சிவனின் கண்கள் சிவப்பேறி இருப்பது போன்று வெகுளிச்சுவை மிஞ்ச அதன் மெய்ப்பாடுகள் தோன்றி இந்த ஆடலை ஆடுதல் வேண்டும். வெற்றியால் ஏற்பட்ட பெருமிதம் கலந்த வெகுளிச்சுவை கொடுங்கொட்டி ஆடலில் முனைப்பாக இருக்கும்.

2. பாண்டுரங்கம் : ஒரு போருக்கு ஆயத்தமாவதால் இந்த ஆடலில் வெளிப்படும் சுவை வீரமாகும். தேரின் முன் நிற்கும் நான்முகனின் முன்பாக முக்கண்ணை அல்லது சிவம் ஆடிய ஆட்டத்திற்குப் "பாண்டரங்கம்" என்று பெயர். இதனைச் சிலப்பதிகாரம் "தேர்முன் நின்ற திசைமுகன் காணப் பாரதியாடிய வியன் பாண்டரங்கமும்" *(சிலம்பு 6:44–45)* என்று குறிப்பிடுகின்றது.

3. அல்லியம் : மாயவன் அல்லது கண்ணன் ஆடும் பத்துவகை நடனங்களில் அல்லியம் ஒன்றாகும். கம்சன் ஒரு யானையின் உருவம் எடுத்து வஞ்சகமான முறையில் கண்ணனைக் கொல்ல முயன்றதையும், அதன் கொம்புகளை முறித்துக் கண்ணன் அதனைக் கொன்ற முறையையும் இந்த ஆடல் மூலம் நடித்துக் காட்டப்பெறும். வெற்றிபெற்றதும், ஒரு மாயத்தோற்ற நிலையில் கண்ணன் நிற்கும் நிலை அல்லியத்தில் சிறப்பிடம் பெறும்.

4. மல்லாடல் : கண்ணன் ஒரு மல்லனைப் போன்று உருமாறி வாணனை முறியடிக்கச் செல்லும்போது அவனால் ஆடப்பெற்ற ஆடலை "மல்லாடல்" என்று கூறுவர்.

கண்ணன் தனது எதிரியைப் பேரொலி செய்து அழைத்து அவன் வந்ததும் ஓடிச்சென்று பிடித்துக் கொன்று விடுவதை நடித்துக் காட்டுவது இந்த ஆடலாகும். இதன் மூலம் வெளிப்படும் சுவைகள் கோபம், வீரம் ஆகியவையாகும்.

5. துடிக்கூத்து : மாற்றுருவில் சூரன் உடலுக்குள் தந்திரமாகச் சென்று மறைந்து கொண்ட போது முருகன் ஆடிய ஆட்டத்தைத் "துடிக்கூத்து" என்று கூறுவர். முருகன் அவனைக் கண்டுபிடித்ததும் உணர்ச்சி மிகுதியில் கடல் அலையையே அரங்கத் திரையாகக் கொண்டு துடிக்கூத்து ஆடுகிறான். சிறிது நேரத்தில் எதிரியைக் கொன்று மகிழ்ச்சியில் துள்ளிக்குதித்து ஆடுகிறான். இன்பமும் வீரமும் ஆடலின் மூலம் வெளிப்படும் சுவையாகும்.

6. குடையாடல் : படைகளை இழந்து அரக்கர்கள் தோல்வி கண்ட நிலையில் ஆறுமுகன் வெற்றிக் குடை பிடித்து ஆடிய ஆட்டம் இது.

7. குடம் : வாணாசுரனால் கைது செய்யப்பட்ட காமனின் மகன் அநிருத்தனை விடுதலை செய்வதற்காகக் குன்றெடுத்தோனாகிய கண்ணன் குடத்தின் மீது ஆடியது.

8. பேடியாடல் : தன் மகனை விடுவிக்கக் காமன் பேடி உருக்கொண்டு கண்டோர் வியக்கும்படி ஆடியது.

9. மரக்காலாடல் : அரக்கர்கள் ஏவிய பாம்பு, தேள் போன்ற நச்சுப்பூச்சிகளை நசுக்கிக் கொல்வதற்காக மரக்கால் கொண்டு கொற்றவை ஆடியது. இம்மரக்காலாடல் ஆட்டமே இன்றைய பொய்க்கால் குதிரை ஆட்டத்திற்கான முன்னோடி ஆட்ட வடிவமாகக் கருதப்படுகிறது.

10. பாவையாடல் : அவுணர்களின் போர்க்கோலம் ஒழிவதற்காகத் திருமகள் ஆடியது.

11. கடயம் : இந்திரனின் மனைவியான அயிராணி வயலில் உழவனின் மனைவி வடிவில் ஆடியது. இவ்வகை ஆடல்கள், ஆடற்கலை இலக்கணத்துடன் மிகவும் நேர்த்தியாக ஆடப்பெற்ற நிலையை அறிய முடிகிறது.

மேற்கண்ட பதினொரு வகையான ஆடல்கள் மட்டுமில்லாமல் வள்ளிக்கூத்து, துணங்கைக் கூத்து, குரவைக்கூத்து, வெறியாடல் போன்றக் கூத்துக்களும் அக்காலத்தில் சிறந்து விளங்கின.

வள்ளிக்கூத்து : வள்ளிக்கூத்து எனப்படுவது நடைமுறையில் உள்ள 'வள்ளி'யின் கதையைப் பின்பற்றி அமைவதாகும். காலங்காலமாகத் தொடர்ந்து வரும் இக்கூத்து அதன் கதைத் தன்மையால் வாடாமல் (அழியாமல்) நின்று செழித்துள்ளது என்பதை "வாடா வள்ளியின் வளம் பல தரூஉம்" (பெரும் : *370*) என்ற பெரும்பாணாற்றுப்படைப் பாடல் அடி விளக்குகிறது.

துணங்கைக் கூத்து : துணங்கைக் கூத்து எனும் கூத்தானது மகளிர் கை கோத்துக் கொண்டு நடத்திக்காட்டிய கலையாகச் சங்க காலத்தில் விளங்கியது. இளம் பெண்கள் இறைவழிபாட்டின்போது இவ்வகை நிகழ்வுகளை நடத்திக்காட்டியிருக்க வேண்டுமெனக் கருதலாம். "எல்வளை மகளிர் துணங்கை" (குறுந் : *364 : 56*) எனும் குறுந்தொகைப் பாடல் அடியும் துணங்கைக் கூத்து குறித்துப் பொதுவாகப் பேசுகிறது.

குரவைக் கூத்து : மிகவும் பழமையான கூத்து வகைகளுள் குறிப்பிடத்தக்கது குரவைக்கூத்து ஆகும். மக்களிடையே செல்வாக்குப் பெற்ற கலையாக இது விளங்கியது. இக்கூத்தானது பின்னணி இசைக்கு ஒப்ப, பல கலைஞர்கள் சேர்ந்தாடும் வகையில் அமைக்கப்பட்டிருப்பது சிறப்புக்குரியதாகும். 'மன்று தொறு நின்ற குரவை' (மதுரைக் காஞ்சி : *615*) என்ற மதுரைக்காஞ்சிப் பாடல் அடியும், 'வேங்கை முன்றில் குரவை' (நற் : *276*) என்ற நற்றிணைப் பாடல் அடியும் குரவைக் கூத்தின் செல்வாக்கினைக் குறிப்பிடுகின்றன. சிலப்பதிகாரம் ஆய்ச்சியர் குரவை, குன்றக்குரவை ஆகியன குறித்த செய்திகளை விரிவாகத் தருகின்றது.

வெறியாடல் : வெறியாடல் என்பதே ஆடல் (ஆட்டம்), வடிவத்திற்கென அறியக் கிடைக்கும் முதல் வடிவமெனலாம். 'வெறியாடல்' என்னும் ஆடல்கலை சங்க காலத்தில் சிறப்புற்று விளங்கியது. மலைப்பாங்கான இடங்களில் முருகனது அருள் பெற்றவனாக வேலன் வேகமாக ஆடத்தொடங்குவான். அவன் நோய்களை, குறிப்பாகப் பெண்களுக்கான நோய்களை நீக்கும் வல்லமை பெற்றவனாகக் கருதப்பட்டான்.

கூத்து அன்று

சங்க கால மக்கள் வாழ்வில், வழிபாடு என்பது முக்கிய இடத்தைப் பெற்றிருந்தது. அவர்கள் ஆடியும் பாடியும் இறைவனை வழிபட்டனர் இறைவனைக் கூத்தாடும் நிலையில் கண்டு மகிழ்ந்தனர். முதற் கடவுளான சிவனை மக்கள் கூத்து நிகழ்த்தும் ஆடல் வல்லான் வடிவில் கண்டனர் அவன் கொடு கொட்டி, பாண்டரங்கம், கபாலக்கூத்து முதலிய கூத்தினை நிகழ்த்தியதாகப் புராணங்கள் எடுத்துக் கூறுகின்றன.

சங்க காலத்தில் வழிபாட்டு நிலையில் மட்டுமின்றிப் பொழுதுபோக்கு நிலையிலும் தொழில் அடிப்படையிலும் கூத்துகள் நிகழ்த்தப்பட்டன. குரவைக் கூத்து, துணங்கைக் கூத்து, வெறியாட்டு, ஆரியக் கூத்து, பாவைக் கூத்து, வள்ளிக் கூத்து போன்ற பல்வகைக் கூத்துகள் நடத்தப்பட்டன என்பதைச் சங்க இலக்கியங்கள் வழி நாம் அறிய முடிகிறது.

கூத்தர், பொருநர் போன்ற சொற்கள் தொழில் அடிப்படையில் கூத்துகள் நடைபெற்றன என்பதைக் குறிக்கிறது. இடைக்காலத்தில் இறைவன் முன்பும் அரசர் முன்பும் சில இடங்களில் பொழுதுப் போக்குக்காகவும் கூத்து நிகழ்த்தப் பெற்றது. அக்காலத்தில் இயற்றமிழைப் புலவர்களும் இசைத் தமிழ்ப் பாணர்களும் வளர்த்தமை போன்றே நாடகத் தமிழாகிய கூத்தையும் நாடகத்தையும் கூத்தர் என்போர் வளர்த்தனர். இயல் இசை ஆகிய இரண்டும் கேட்போருக்கு இன்பம் தருவன. கூத்து கேள்வி

இன்பத்தோடு காட்சி இன்பத்தையும் தரவல்லது கூத்து பெரிதும் விரும்பப்பட்டதால் அக்காலத்தில் கூத்தர்கள் பெருகினர். கூத்து வகைகளும் பெருகின.

பாரதம், இராமாயணம், புராணங்கள் மற்றும் காத்தவராயன், நல்லதங்காள், பத்மாசூரன், மதுரை வீரன் கதைகள் போன்றவை கூத்துக்கான கதைகளாக அமைந்தன. தொடக்க காலத்தில் சமயவாதிகள் தங்களின் சமயத்தையும் மதக் கருத்துக்களையும் பரப்புவதற்காக மேற்கொண்ட இக்கலை பின்னர் மக்களின் பொழுது போக்கிற்காகப் பயன்பட்டது.

பெரும்பாலும் புராணக்கதைகளையும், வரலாற்றுக் கதைகளையுமே அடிப்டையாகக் கொண்டு கூத்து நடத்தப்பட்டன. சில நாடகங்கள் ஐதீகம் காரணமாகவும் நடத்தப்பட்டன. சிறுத் தொண்டர் நாடகம் நடத்தினால் குழந்தைப் பேறு கிடைக்கும், மழை பெய்யும், இதனால் செல்வம் செழிக்கும், பஞ்சமின்றி வாழலாம் என்றும் மக்கள் நம்பினர். சங்க காலத்தில் கூத்துக்கலை எழில் மிகுந்த கலையாகத் திகழ்ந்தது. மிகவும் உயர்ந்த நிலையில் போற்றப்பட்டது.

கூத்தின் இன்றைய நிலை

மக்களை மகிழ்வித்துக் கொண்டிருந்த தெருக்கூத்து என்னும் உன்னதமான கலை இன்றைக்கு மக்கள் மத்தியில் செல்வாக்கு இழந்து அழிந்துவிடும் சூழ்நிலையில் உள்ளது. அக்காலத்தில் உள்ள கூத்து வகைகள் தற்காலத்தில் பொம்மலாட்டம், ஒயிலாட்டம், பாவைக் கூத்து, கரகம், கழியாட்டம், தேவராட்டம், கணியான் கூத்து, அலிக்கூத்து, பொய்க்கால் குதிரை, காவடியாட்டம் என்று மாற்றம் அடைந்தாலும் மக்களிடம் அவை பெற்றிருக்கின்ற செல்வாக்கு என்பது மிகவும் சரிந்த நிலையிலேயே உள்ளது. அதற்கான காரணங்களை ஆராய்ந்தோமானால், இன்றைக்கு மக்களால் பெரிதும் விரும்பப்படும் திரைப்படம், நாடகம் மற்றும் நவ நாகரீக வளர்ச்சியும் அடிப்படைக் காரணமாக அமைகின்றன.

மேலும் இப்போதைய விரைவு வாழ்க்கையின் கூறுகளாலும் புதுமை விழையும் மக்களின் மனநிலையாலும் கூத்துக்கலை பாதிப்படைந்துள்ளது.

முன்பு தமிழகம் முழுவதும் இக்கலை பரவியிருந்தது. ஆனால் இன்றைக்கு வட மாவட்டங்களிலும் தென்மாவட்டங்களில் ஒருசில பகுதிகளிலும் கூத்துக்கலை ஆடி மாதத்தில் உயிர்ப்பு பெறுகின்றன. ஒவ்வொரு ஆண்டும் ஆடிமாதம் நடைபெறும் அம்மன் கோயில் திருவிழாக்களில் தான் கூத்துகளைக் காண முடிகிறது. மற்ற காலங்களில் எங்கும் காணமுடிவதில்லை. இத்தகைய நிலைப்பாட்டினால் கூத்துக் கலைஞர்களின் வாழ்வாதாரம் கேள்விக்குறியாகி உள்ளது. இதனால் கூத்துக் கலைஞர்கள் தங்களுடைய தொழிலையே மாற்றவேண்டிய கட்டாயத்துக்கு தள்ளப்பட்டுள்ளனர். கூத்துக் கலைஞர்களைக் காப்பதற்கு அரசு முன்வர வேண்டும்.

மேலும் இன்றைய நாகரீக உலகிற்கேற்ப கூத்துக்கலையில் சில மாற்றங்களைச் செய்வதன் மூலம் ஓரளவேனும் கூத்துக் கலையின் அழிவைத் தடுக்க முடியும். கூத்தின் கதைகளாக அமைந்துள்ள புராணக் கதைகளை மக்கள் கேட்டு அலுத்துப் போய் உள்ளதால், இன்றைய சமூகச் சூழலுக்கு ஏற்றவாறு கற்பனையோடு பயன்தரக்கூடிய கதைகளை அரங்கேற்றலாம்.

மேலும் கூத்து நிகழ்த்தும் நேரத்தை மூன்று அல்லது நான்கு மணி நேரமாகக் குறைத்துக் கொள்வதும் கூத்துக்கலையின் மறுமலர்ச்சிக்கு வழிவகுக்கும். இறை வழிபாட்டிற்காக மட்டும் நிகழ்த்தப்படும் இந்தக் கூத்துக்கள் மக்களின் பொழுது போக்கிற்காக எல்லாக் காலங்களிலும் நிகழ்த்தப்படும் அளவிற்கு கூத்தின் போக்கினை மாற்றி அமைத்துக் கொள்வதும் அவசியமாகிறது.

அக்காலத்தில் மக்கள் இறைமீதும் வழிபாட்டின் மீதும் கொண்டிருந்த நம்பிக்கையின் வெளிப்பாடே கூத்துக் கலை வளர்ச்சிக்கு அடிப்படையாக இருந்தன. இன்றைய

காலங்களில் கூத்துக் கலை பல்வேறு வடிவங்களில் மாற்றம் பெற்றாலும் மக்களிடம் தனது செல்வாக்கைத் தக்க வைத்துக் கொள்ள முடியாமல் அழிவின் விளிம்பில் உள்ளன. இன்றைக்கு ஒரு சில மாவட்டங்களில் மட்டும் எச்சங்களாய் மிஞ்சி இருக்கின்றன.

ஆடிமாதம் என்றால் கோயில் திருவிழாவும் கூத்தும் தான் நினைவுக்கு வருகிறது. அந்தளவுக்கேனும் மனதில் பதிந்துள்ளது சற்று ஆறுதலாக உள்ளது. பழமையும், பெருமையும் வாய்ந்த உன்னதமான இந்தக் கலையைப் போற்றி பாதுகாக்க வேண்டிய பொறுப்பை அரசு ஏற்க வேண்டும். கூத்துக்கலை மறுமலர்ச்சிக்கான திட்டங்களை வகுத்துச் செயல்படுத்த வேண்டும். அப்பொழுதுதான் கூத்துக்கலை உயிர்ப்பு பெறும்.

○○○

28

பாவைக் கூத்து

பாவைக் கூத்து என்பது பயன்படுத்தப் பெறும் பாவைகளைக் கொண்டு இருவகைப்படும். அவை தோற்பாவைக் கூத்து, மரப்பாவைக் கூத்து என்பனவாகும். சூத்திரதாரி போன்று ஒரு மனிதன் பாவைகளை நிகழ்ச்சிகளுக்குத் தக்கவாறு ஆட்டிப் பல குரலில் பாடியும் பேசியும் கதையை வளர்த்துச் செல்வான். ஒன்றை ஒன்று மோத வைத்துச் சண்டைக் காட்சிகளைக் காட்டுவான். நகைச்சுவைக் காட்சிக்குத் தக்க பாத்திரங்களைக் கற்பித்துக் கொள்வதோடு, இடத்துக்குத் தக்கவாறு உரையாடல்களைப் பொருத்தமாகவும் நகைச்சுவையுடனும் அமைத்துக் கொள்வான். இராமாயணம் போன்ற கதைகளைப் பல நாட்களுக்கு நடத்துவர்.

நாட்டுப்புறக் கூத்துகளும், நாடகங்களும்

நாட்டுப்புறக் கூத்துகள் சடங்குகளை அடிப்படையாகக் கொண்டவை. நடிகர்கள் பெரும்பாலும் ஒப்பனையுடன் ஆடிப்பாடி நடிக்கின்றனர். பெரும்பாலும் கோயில்களைச் சார்ந்தே இவை நடிக்கப்பட்டன. இவற்றில் இசைக் கருவிகள் பயன்படுத்தப்பட்டன. அதிகமான பாடல்களும், ஓரளவு உரையாடல்களும் அமைந்திருந்தன. நாடகம் பெரும்பாலும் தொடக்கக் காலத்தில் நடனத்திலிருந்தும், சடங்கிலிருந்தும் தோன்றியதால் அவை ஆரம்பத்தில் கூத்து நிலையில்தான் இருந்திருக்க வேண்டும். நாட்டுப்புறக் கூத்துகளே மெல்ல மெல்ல நாடக வடிவம் பெற்றிருக்கும் என்பதே ஆய்வாளர்கள் கருத்தாகும்.

தெருக்கூத்து

தெருக்களிலும், களத்து மேடுகளிலும், கிராமப் பொது இடங்களிலும், கோயில் வளாகங்களிலும் நடத்தப்பட்ட கலையாகத் தெருக்கூத்து விளங்கியது. இவை நடைபெற்ற இடத்தை ஒட்டியே இவற்றிற்குத் தெருக்கூத்து எனப் பெயர் ஏற்பட்டது.

தெருக்கூத்து மேடைகள் திறந்த வெளிகளிலேயே அமையப் பெற்றிருந்தன. நடிப்பதற்கேற்ற தனிமேடையமைப்பு காணப்படவில்லை. மேடைகளிலோ, காட்சிப் பின்னணிகளோ, திரைகளோ இடம் பெறவில்லை. இரண்டு கலைஞர்கள் மேடையின் முன்னே வெள்ளைத் துணியினை முன் திரையாகப் பிடித்திருப்பர்.

மக்களுக்குத் தெரிந்த பழைய புராண, இதிகாச மற்றும் நாட்டுப்புறக் கதைகளே தெருக்கூத்தில் நடிக்கப் பெற்றன. முறையான உரையாடலோ, பாடலமைப்போ இன்றி அவை இருந்ததால் சூழலுக்கேற்ப மாற்றப்பட்டும், விரிவுபடுத்தப்பட்டும் வழங்கலாயிற்று.

இராமாயணம், மகாபாரதம், கந்த புராணம் மற்றும் பெரிய புராணம் போன்ற இதிகாச புராண இலக்கியங்களின் கதைகள் தெருக்கூத்தாயின. மதுரை வீரன், நல்லதங்காள்,

ஆரவல்லி சூரவல்லி, காத்தவராயன் போன்றவை தெருக்கூத்துக்கென விரும்பி ஏற்கப்பட்ட நாட்டுப்புறக் கதைகளாகும். இவை பெரும்பாலும் வீர வரலாறுகளாகவே இருந்தன. பெண் வேடங்களையும் பெரும்பாலும் ஆண்களே ஏற்று நடித்தனர்.

பிற நாட்டுப்புறக் கலைகளைப் போன்றே இதுவும் தெய்வ வழிப்பாட்டோடு தொடர்பு உடையது. திரௌபதி விழாக்களில், மாரியம்மன் விழாக்களில், சிவன், திருமால், கணேசன் ஆகியோருக்கு எடுக்கப்படும் விழாக்களில் தெருக் கூத்தானது நிகழ்த்தப்பட்டு வருகிறது.

தெருக்கூத்து என்பது கிராமங்களில் திறந்த வெளிகளில் நாட்டுப்புறக் கலைஞர்களால் நடத்தப்படும் கலைவடிவம் ஆகும்.

பழமையின் சின்னமாகவும் பண்பாட்டின் எச்சமாகவும் விளங்கும் கூத்துக் கலையானது நாட்டுப்புற மக்களின் எண்ணங்கள், செயல், பண்பாடு, வாழ்க்கை முறைகளை எடுத்துக்காட்டுகிறது.

"கூத்தாடி கிழக்கே பார்ப்பான் கூலிக்காரன் மேற்கே பார்ப்பான்" என்ற பழமொழி ஒன்று உண்டு. கூத்து விடிய விடிய நடைபெறுவதை இது குறிக்கும்.

நாடக மேடையோ காட்சித் திரையோ இல்லாமல் எளிய முறையில் திறந்த வெளியில் தெருவிலே நடத்தப்படும் நாடோடிக்கலையே கூத்து ஆகும்.

பாரதக்கதை, இராமாயணக்கதை, அரிச்சந்திரன் கதை போன்றவற்றை தெருக்கூத்தாக நடிப்பார்கள். ஆடலும் பாடலும் கூத்தின் முக்கிய அம்சமாகும்.

மழையை விரும்புவோர் விராட பருவத்தையும், மணம் விரும்புவோர் மீனாட்சி கல்யாணத்தையும், பிள்ளை பேறு வேண்டுவோர் சத்தியவான் சாவித்திரி கதையையும் கூத்தாக நடத்துவர்.

தெருக்கூத்தின் ஆரம்பக்காலத்தில் நாட்டுப்புற நாடக வடிவத்தைக் கொண்டிருந்தது. பெரும்பாலும் மக்களுக்குத்

தெரிந்த காப்பிய இதிகாச அல்லது புராணக் கதையை அடிப்படையாகக் கொண்டு கூத்து அரங்கேறும்.

தெருக்கூத்தைப் பற்றி கலைக் களஞ்சியத்தில்; "எளிய முறையில் அதே சமயம் மக்களுக்கு நீதி புகட்டும் கலையாக தெருகூத்து திகழ்ந்தது " என்று குறிப்பிட்டுள்ளது. தெருக்கூத்து ஆடப்பெறும் இடம் நிகழ்வோடு சம்பந்தப்பட்டது.

கோவிலோடு தொடர்புடைய கூத்துகள் திறந்த வெளியில் மின்விளக்கு இல்லாத முச்சந்திகளில் நடைபெறும்.

குடும்பத்தில் யாரேனும் இறந்து போனால் அக் குடும்பத்தாரின் வேண்டுகோளுக்கேற்ப கர்ண மோட்சம் என்ற சில கூத்துகளை ஆடுகின்றனர்.

தெருக்கூத்து என்ற கலைக்கு கட்டை கட்டியாடும் நாடகம் என்கிற விளக்கமும் உண்டு. மினுங்கும் கட்டையால் ஆன ஆடை அணிகலன்கள் அணிந்து பாடி ஆடுவதே தெருக்கூத்து.

ஆண்கள் மட்டுமே ஆடிவந்த கூத்தில் பின்னாட்களில் பெண்களும் ஆடிவந்தனர்.

காலம் செல்லச்செல்ல தெருக்கூத்தின் கருவும் சமுதாய முன்னேற்றக் கருத்துக்களை வெளிப்படுத்தும் விதமாக மாறியது.

கூத்து தொடங்கும் முன்பு நாட்டுக்கும் நாட்டுமக்களுக்கும் வந்தனம் செலுத்தும் பாடல் பாடப்படும்.

சித்தூர் மக்களின் வந்தனப் பாடலுக்கு சான்று :

"நாடகக் கலைக்கு பெரும் நல்லாதரவு
தந்த நாட்டு மக்களுக்கு ஒரு வணக்கம்!
நாட்டு மக்களிடம் நல்லதோர் பாடுபடும்
நாட்டு மக்களுக்கோர் வணக்கம் !
பாட்டுக்கொரு ஒரு பாரதியார்
ஏட்டுக்கொரு வள்ளுவனார் நின்ற
தமிழர்க்கோர் வணக்கம்!
ஏரோட்டும் மக்கள் துயர்போராட்டம்
தீர்த்து வைக்கும் ஈ.வே.ரா.பெரியார்க்கு ஓர் வணக்கம்! "

கட்டியங்காரன் சான்று பாடல்

"தட்டி ஜல்லடம் கட்டி
தடியுடன் பிரம்புக் கோலும்
அஷ்டதிக்குப் பாலகர் அங்கங்கும் எச்சரிக்க
மட்டில்லா கீர்த்தி பெற்ற
மன்னன் துரியன் வாசல் காக்கும்
ஜல்மீசை முருக்கி கட்டியக்காரனும் வருகிறானே"

வந்தானா நல்லா பாருங்க கட்டியக்காரன்
வாரான்னு சொல்லிப்பாருங்க
அக்கினிச் சரங்கொடுத்து
அறையில் கச்சை
அழகான ஆடையுடுத்தி
குந்திகுந்தி நடை நடந்து
கோணக் குல்லாவும் பொட்டு வைத்து (வந்தான் நல்லா பாருங்க)

தெருக்கூத்தின் சிறப்பம்சமே அது இன்றைய நாடக மேடைகளுக்கெல்லாம் முதன்மையானது. முழுவதும் பாடல்களால் அமைந்து ஏட்டிலன்றி வெறும் வாய்மொழி மரபாகவே போற்றப்பட்டது.

தெருக்கூத்தில் இடம்பெற்ற பற்பல பாட்டுகள் கூத்தில்லா சமயத்தில் மக்களால் களத்து மேடுகளில் வண்டிச்சாலைகளில் பாடப்பட்டன. தொடர்ச்சியாகப் பாடப்பட்ட பாடல்களே தனி நாடக வடிவைப் பெற்றன.

கூத்தில் பல்வேறு வகையுண்டு. ஆடும் மக்களின் வாழ்க்கை முறை இடம் கருப்பொருள் என கருத்துகளுக்கு ஏற்ப கூத்தின் வகைகள் மாறுபடும். அவற்றில் சில:

அம்மன் கூத்து:

அம்மனைப்போல வேடம் அணிந்து அம்மன் கோவில்களில் ஆடுவதால் அம்மன் கூத்து என்று பெயர். கணியான் கூத்திற்குத் துணை ஆட்டமாகவும் பல மாவட்டங்களில் மக்கள் விருப்பத்திற்காகவும், அம்மன் அருள் சார்ந்தும் நடத்தப்படுகிறது.

அனுமன் ஆட்டம்:

அனுமன் ஆட்டம் என்பது, இராமாயண அனுமனைப் போல் வேடம் புனைந்து ஆடும் ஆட்டமாகும். இது ஆண்கள் மட்டுமே ஆடும் ஆட்டமாகும். இவ்வாட்டமானது தமிழகத்தில் பரவலாகவும், தென் மாவட்டங்களில் வைணவ சாதியினர் வாழும் இடங்களில் சிறப்பாகவும் நிகழ்த்தப்படுகிறது. இது ஒரு கலையாகவும், தாளத்திற்கும், இசைக்கும் ஏற்ப ஆடப்படுகிறது.

ஆலி ஆட்டம்:

ஆலி ஆட்டம் என்பது, ஆலி எனப்படும் பூத வடிவில் அமைந்த உள்ளீடற்ற ஒரு உருவ வடிவுக்குள் ஒரு மனிதன் நுழைந்து கொண்டு ஆடும் ஆட்டமாகும். இந்த ஆலிகள் மூங்கிலாலும், காகிதத்தாலும் செய்யப்பட்டிருக்கும். அதற்கு வண்ணம் தீட்டித் தலையில் மாட்டிக்கொண்டு கலைஞர்கள் ஆடுவர். அதனுடன் கரடி, புலி, கிழவி போன்ற வேடங்களையும் புனைந்து ஆடுவர். இவ்வாட்டத்தில் ஆண்களே, பெண் வேடமணிந்து ஆடுவர். இது குழந்தைகள் விரும்பிப் பார்க்கும் ஆட்டமாகும். இவ்வாட்டமானது தமிழகத்தின் தென் மாவட்டங்களில் பரவலாக நிகழ்கிறது. இது கோவில்களில் திருவிழாவின் போது நடத்தப்படுவதோடு, பிற நிகழ்ச்சிகளில் சமூகம் சார்ந்ததாகவும் நடத்தப்படுகிறது.

இருளர் இனமக்களின் ஆட்டம்:

கோயமுத்தூர், நீலகிரி ஆகிய மாவட்டங்களில் வாழ்கின்ற இருளர் என்ற மலை இன மக்களின் ஆட்டமாகும். தைப்பொங்கலின் போது குரங்கு, புலி, கரடி போன்ற விலங்குகளின் வேடம் புனைந்து ஆடுவர். இந்த ஆட்டத்தில் ஆண்கள், பெண்கள் ஆகிய இருவரும் பங்கு கொள்வர். ஆனால் ஆண், பெண் இருவரும் இணைந்து ஆடுவதில்லை. இந்த ஆட்டமானது சந்தர்ப்பத்திற்கு ஏற்ப வேகமாகவும், மெதுவாகவும் ஆடப்படும் இயல்பைப் பெற்றதாக இருக்கிறது. பெண்கள் தங்கள் கைகளை அசைத்து ஆடும் இவ்வாட்டம், மிகவும் அழகு மிகுந்த ஒன்றாகக் கருதப்படுகிறது.

ஓயில் கும்மி:

ஓயிலாட்டத்துடன் கையில் கும்மியடித்துக் கொண்டே ஆடும் ஒருவகை ஆட்டமாகும். குறைந்த அளவிலான அசைவுகளைக் கொண்ட ஒருவகைக் கும்மி ஆட்டமாகும். இது ஓயிலாட்டத்துடன் நெருங்கிய தொடர்புடைய கலை ஆகும். நாட்டுக் கொட்டு ஆட்டம் என்றும், இக்கலை அழைக்கப்படுகிறது. இதற்கென, தனியான பயிற்சிகள் எதுவும் இல்லை. இக்கலையில் பானைத்தாளம், தோற்பானைத்தாளம் சிங்கி ஆகிய இசைக்கருவிகளுள், ஏதேனும் ஒன்றினைப் பயன்படுத்துகின்றனர். இந்நிகழ்ச்சியில் இடையர், கள்ளர் போன்ற இடைநிலைச் சாதியினரே பங்கேற்கின்றனர். வேளாண் தொழிலில் செழிப்பு வேண்டியும், வெப்ப நோய் குறைய வேண்டியும், மழையை எதிர்நோக்கியும், ஓயில் கும்மி நிகழ்த்தப்படுகிறது.

ஓயிலாட்டம்:

ஓயிலாட்டம் என்பது, ஒரே நிறத் துணியைத் தலையில் கட்டிக்கொண்டு, கையில் ஒரே நிறத்திலான துண்டு ஒன்றை வைத்து இசைக்கேற்ப வீசி ஆடும் அழகான குழு ஆட்டம். அழகு, அலங்காரம், சாயல், ஒய்யாரம் எனப் பல பொருள் தாங்கி நிற்கும் ஓயில் என்ற வார்த்தையே இவ் ஆட்டத்தின் பெயராகியுள்ளது. இது முற்றிலும் ஆண்கள்

சார்ந்த கலை. ஆண்மையின் கம்பீரத்தை உணர்த்தும் இந்தக் கலையாட்டத்தில் பெண்கள் கலந்து கொண்டு ஆடுவதில்லை. இந்த ஆட்ட அடவுகள், ஆண்மைத் தன்மையை வெளிப்படுத்தும் அம்சம் கொண்டவை ஆகும். பத்து முதல் 12 பேர் கொண்ட இந்த ஆட்டத்தில், எதிரெதிர் திசையிலோ, அல்லது நேர்த்திசையிலோ நின்று கொண்டு ஆடுவார்கள். சிறகை விரித்தால் மயிலாட்டம், சேர்ந்து குதித்தால் ஒயிலாட்டம் என்று இக்கலையின் தன்மை வர்ணிக்கப்படுகிறது. பானைத்தாளம், தவில், சிங்கி, சோலக் போன்ற இசைக்கருவிகளை இந்த ஆட்டத்தில் பயன்படுத்துவதுண்டு. பானைத்தாளம் என்பது, குடத்தில் மாட்டுத்தோலைக் கட்டி இசைக்கப்படும் வல்லிசைக் கருவியாகும். பறைக்குப் பதிலாக இந்தக் கருவியை இசைக்கிறார்கள். இவைகளோடு கலைஞர்கள் காலில் அணிந்திருக்கும் சலங்கை இன்னுமொரு கருவியாக மாறி அடவுக்கேற்ப இசைக்கும். இந்த இசைக்கருவிகளைக் கட்டுப்படுத்தி வகைப்படுத்துவதே சிங்கி என்ற இசைக்கருவியின் வேலை. பாடலும், ஆடலும் நிறைந்த இக்கலையில், பாடத்தெரிந்தவருக்கு ஆடத்தெரிந்திருக்கத் தேவையில்லை. பாடலுக்குத் தகுந்தவாறு அடவு வைத்து ஆடற்கலைஞர்கள் ஆடுவார்கள்.

கரகாட்டம், கரடியாட்டம், கழியலாட்டம், காவடியாட்டம், கும்மியாட்டம், குரவைக் கூத்து, குறவன் குறத்தி ஆட்டம், கொக்கலிக்கட்டை ஆட்டம், கோணங்கியாட்டம், கோலாட்டம், சக்கையாட்டம், சலங்கையாட்டம், சாமியாட்டம், சிலம்பாட்டம், சேவயாட்டம், தப்பாட்டம், துடும்பாட்டம், துணங்கைக் கூத்து, தெருக்கூத்து, தேவராட்டம், பரதநாட்டியம், பறைமேளக் கூத்து, பறையாட்டம், பாம்பாட்டம், பாவைக்கூத்து, புலி ஆட்டம், பூசாரிக் கைச் சிலம்பாட்டம், பெரியமேளம், பொம்மலாட்டம், பொய்க்கால் குதிரை ஆட்டம், குடிக் கூத்து, மயில் ஆட்டம் மரக்காலாட்டம், மாடாட்டம், ராஜா ராணி ஆட்டம், வள்ளிக்கூத்து வெறியாட்டு, ஜிக்காட்டம் போன்ற ஆட்டங்கள் அதற்கே உரிய வாத்திய கருவிகள் உதவியோடு ஒவ்வொரு மாவட்டத்திலும் நிகழ்த்தப்பட்டன.

பொம்மலாட்டம் (பாவைக்கூத்து)

பொம்மைகள் வைத்து நிகழ்த்துவதால் பாவைக் கூத்து எனப்படுகிறது. பொம்மைகள் தோல் பொம்மைகள், மண் பொம்மைகள் என இருவகைப்படும்.

தமிழ் நாட்டில் இக்கலை தஞ்சை, திருச்சி, இராமநாதபுரம், நெல்லை, குமரி ஆகிய மாவட்டங்களில் நடத்தப்படுகிறது. பாவைகளை மரத்தாலும், தோலாலும் செய்து நூல்களைக் கட்டி ஒரு திரைக்குப் பின்னாலிருந்து ஒருவர் ஆடியசைத்துக் கதைகளை விளங்கச் செய்யும் நாட்டுப்புறக் கலைக்கு "பாவைக் கூத்து" எனப்பெயர்.

மரப்பாவைகள் நல்ல ஆடைகள் அணிவிக்கப் பெற்றிருக்கும். தரையில் புரளுமாறு ஆடைகள் பெரிதாக இருக்கும் காண்பதற்கு கால்களே இல்லாமல் மனப்பாவனையில் கால்கள் உள்ளது போல் காட்டப்பெறும். கயிறுகள் இன்றி பொம்மைகள் தாமே இயங்குவதாக மனத்தோற்றத்தை முழுமையாகத் தோற்றுவிக்கிறபோது அது கலையாகிவிடுகிறது.

நாடகமாகிய நாட்டுப்புறக் கூத்துகள் கடவுளையும், வீரச்செயல் புரிந்தவர்களையும் பற்றியுமே கதையமைப்பைக் கொண்டிருந்தன. புராணக் கதைகளும் நடிக்கப் பெற்றன. மொத்தத்தில் எளிய, உழைக்கும் மக்கள் கலையாக நாட்டுப்புறக் கூத்து வடிவம் அமைந்திருந்தது.

○○○

29

கானாப்பாட்டு

சென்னை நகரக் குடிசைப்பகுதி மக்களால் இறப்புச் சடங்குகளின்போது பாடக்கூடிய பாட்டு. இது அங்குள்ள மக்களின் கூட்டு வெளிப்பாட்டை படைப்பாற்றலை வெளிப்படுத்துகிறது. இப்பாடல்கள் குடிசைப் பகுதிகளில் இறப்பின் போதும், இறப்புச் சடங்குகளின் போதும் இரவில் கண் விழித்துப் பாடப்படுகிறது. இதற்காகத் தனியே கானாப் பாடகர்கள் உள்ளனர்.

இப்பாட்டின் போது டோலாக் மற்றும் அவர்களிடம் உள்ள டப்பா, குடம் போன்ற கையில் கிடைக்கும் பொருள்களைக் கொண்டு இசைத்துப் பாடப்படுகிறது. மேலும் இப்பாடல்கள் அவர்களே புனைந்து பாடுவது தனித்தன்மை. இறந்தவர் சிறப்பு, குடும்பச் சிறப்புகளைச் சேர்த்து புதிது புதிதாகப் பாடப்படுகிறது. சில சமயம் திரைப்படப் பாடல்களின் மெட்டிலும் பாடுவர்.

குப்பத்து மக்களின் வாழ்க்கை சிக்கல், உழைப்பு, அவர்கள் பயன்படுத்தும் போதைப் பொருட்கள் பற்றியும், அரசியல், அரசியல் தலைவர்கள், தாம் சார்ந்த கட்சிப் பெருமை, திரைப்பட நடிகர் எனப் பல கருத்துகளை உள்ளடக்கிப் பாடுவர்.

இப்போது பல திரைப்படங்களில் கானாப் பாடல்கள் இடம்பெற்றுள்ளன. இதனால் இப்போது பல திரை இசை நிகழ்ச்சிகளில் கானாப் பாடல்கள் இடம் பெறுவது பரவலாகக் காணப்படுகிறது.

''கொரோனா விழிப்புணர்வுப் பாடல் கூட வந்துள்ளது.

"கொரோனா நோயைப் பத்தி தெரியாத
சும்மா நீ பைக்லதான் திரியாத
கொரோனா வைரஸ் பத்தி தெரியாத
சும்மா நீ பைக்லதான் திரியாத
அட சுத்த வேணாம் ரோட்ல
அடங்கி இரு வீட்டில
காவல்துறை சொல்லுது
கேட்டீங்கன்னா நல்லது"

இப்படி சமூக விழிப்புணர்வுப் பாடல்களும் இட்டுகட்டிப் பாடப்படுவது சிறப்பாகும்.

கொலைச் சிந்து

நாட்டுப் புறங்களில் கொலை செய்யப்பட்டு இறந்த நல்லவர்கள், கொடியவர்கள் ஆகிய இவ்விருவர்களைப் பற்றியும் பாடல்கள் வாயிலாகத் தெரிவிக்கப் பாடினர். அதுவே கொலைச் சிந்து.

கொலை செய்யப்பட்டவர் பெயர், ஊர், குடும்பம், வாழ்க்கை, வீரம், குணநலம், கொலை நிகழ்ந்த விதம் ஆகியவை பாடு பொருளாக எடுத்துக் கொள்ளப்படும்.

இப்பாடலை குறைந்தது இரண்டு பேர் பாடுவர். ஒருவர் பாடுவார், மற்றொருவர் 'டேப்' என்னும் கருவியை இசைத்துக் கொண்டே பின்பாட்டு பாடுவார். 'டேப்'ன் ஒரு பகுதியில் சலங்கை பொருத்தப்பட்டிருக்கும்.

ஊர் பொதுமக்கள் கூடும் இடங்களிலே அதாவது சந்தை, கோவில், திருவிழா போன்ற சமயங்களில் மாட்டு வண்டி மீது அல்லது உயரமான திண்டின் மீது நின்று கொண்டு பாடுவர். இதனை கேட்டு உற்றாரும், ஊர்மக்களும் உணர்ச்சி வயப்பட்டு அழுவதுண்டு. சிந்து என்னும் பாவகையில் இது பாடப்படுவதால் கொலைச் சிந்து எனப் பெயர் பெற்றது.

விருத்தாசலம் பகுதியில் ஓரே குடும்பத்தைச் சேர்ந்த மூவரைப் பற்றியும், 1950இல் தூத்துக்குடி விரைவு தொடர்வண்டி

ஆற்றில் விழுந்த விபத்தில் பெரும்பாலானோர் இறந்தது பற்றியும் கொலைச் சிந்து பாடல்கள் பாடப்பட்டுள்ளன. மகாத்மா, செம்புலிங்கம், அரியலூர் ரயில் விபத்து, சாவானா மில் படுகொலை, ஆளவந்தார் கொலை எனப் பல கொலைச் சிந்துப் பாடல்கள் உள்ளன.

மலையூர் மம்பட்டியான் திரைப்படம் கொலைச் சிந்து பாடலை மையமாக வைத்து எடுக்கப்பட்டுள்ளது.

ooo

30

சாட்டை அடி ஆட்டம்

நீளமான சாட்டையைக் கையில் வைத்துக் கொண்டு தனக்குத் தானே இரத்தம் வருமாறு அடித்துக் கொண்டு ஆடும் ஆட்டத்திற்கு சாட்டையடி ஆட்டம் என்று பெயர். இருவர் கலந்து கொண்டாலும் ஆண் மட்டுமே சாட்டையால் அடித்துக் கொண்டு ஆடுவார். பெண்கள் இசைக் கருவியை இசைக்கின்றனர். இதற்குத் தனி இடம் பார்ப்பதில்லை. தெரு முனைகளிலும் மக்கள் அதிகம் கூடும் இடங்களிலும் நிகழ்த்துகின்றனர்.

காளியம்மா, மாரியம்மா என ஆவேசத்துடன் கூறியபடி சவுக்கைச் சுழற்றித் தன்னைத் தானே அடித்துக் கொள்வார். இரத்தம் கொட்டுவதைக் கண்டு திடுக்கிடும் பொது மக்கள் அளிக்கும் தொகையே அவர்களது வாழ்வாதாரம்.

சிறு சிறு மூங்கில் குச்சிகளைக் கைக்கு நான்காக இரு கைகளிலும் வைத்துக் கொண்டு கோலாட்டம் போல அடித்து ஆடுவர். தீப்பந்தம் எரியும் வளையத்தினுள் பாய்ந்து வெளி வருதல், இளம் சிறுவர் சிறுமியர் குட்டிக்கரணம் அடித்தல், சிறு இரும்பு வளையத்தினுள் நுழைந்து வெளிவருவது போன்றவற்றைச் செய்து காட்டி அன்றாட உணவுக்காக கடும் சித்திரவதைகளைச் செய்து வாழ்க்கையை நடத்துகின்றனர்.

சாமியாட்டம்

மனிதன் மீது சாமி வந்து ஆடுவதாக ஆடப்படும் ஆட்டம் சாமியாட்டம். கோவில் சடங்கின் ஒரு பகுதியாக

நிகழ்த்தப்படும் சாமியாட்டம் தமிழகம் முழுவதும் காணப்படுகிறது. தமிழ் இலக்கியங்களிலும் இதற்கான சான்றுகள் காணப்படுகின்றன. வேலன் வெறியாட்டு இதற்குச் சான்றாகும். கோவில் சடங்குகள் கோமரத்தாடி, சுடலை கொண்டாடி, அம்மன் கொண்டாடி, சாமியாடி என்றெல்லாம் அழைப்பர். இவர்கள் சாமிக் கரகம் எடுத்து ஆடுவதுண்டு. அப்போது இவர்களைத் தெய்வமாகவே போற்றி மக்கள் வணங்குவர். இது தமிழகம் மட்டுமல்லாது உலகம் முழுவதும் காணப்படுகிறது.

இவ்வாறு சாமியாடுபவர்களுக்குத் துணையாக நையாண்டி மேளம், உடுக்கை, நாதஸ்வரம், தவில், பறை போன்ற இசைக்கருவிகளை இசைப்பார்கள்.

கழைக்கூத்து

இரு மூங்கில் கழிகளைக் குறிப்பிட்ட இடைவெளியில் நட்டு அதனைக் கயறு கொண்டு இணைப்பர். அந்தக் கயற்றின் மீது நடந்து நிகழ்த்தும் நிகழ்வு இது. இது வடநாட்டிலிருந்து வந்த கூத்தாதலால் 'ஆரியக்கூத்து' என்றும் கூறுவர். கம்பங்கூத்து என்றும் கூறுவர்.

இது பகல் வேளையில் மக்கள் அதிகம் கூடும் இடங்களிலே நடத்தப்படுகிறது. இதனை தெலுங்கு மொழியைத் தாய்மொழியாகக் கொண்ட காட்டு நாயக்க இனத்தவர்கள் செய்கின்றனர். இவர்களை ஆரியக்கூத்தாடி, டொம்பர் ரெட்டி, டொம்பர் என்பர்.

இக்கூத்தில் தவில் மட்டுமே பயன்படுத்தப்படுகிறது. பொதுவாக குடும்பத்தினர் கணவன், மனைவி, குழந்தைகள் என அனைவரும் பங்கேற்கின்றனர். கூத்தாடுபவர் தரையில் கிடக்கும் ஊசியை கண் இமைகளைக் கொண்டு எடுப்பது, கண்களைக் கட்டிக்கொண்டு கத்தியை வீசுவது போன்ற வித்தைகளைச் செய்து காட்டுவர்.

கயிற்றின் மீது நடப்பவர் ஒரு கம்பினை வைத்துக் கொண்டு ஒரு முனையிலிருந்து மறுமுனை, பின் மீண்டும் புறப்பட்ட இடத்திற்கே திரும்ப நடந்து வருவார். இதன்

உச்சகட்டமாக ஒரு பெண் வயிற்றில் தேங்காய் மூடியைக் கட்டிக் கொண்டு கயிற்றில் படுத்த நிலையில் சுற்றுவார்.

இப்போது இக்கலை அழிவின் விளிம்பில் உள்ளது.

கொக்கலிக்கை ஆட்டம்

கொக்கின் நீண்ட கால்களைப் போன்று தன் காலில் நீண்ட கட்டையைக் கட்டிக் கொண்டு ஆடும் ஆட்டம் கொக்கலிக்கை ஆட்டம் எனப்படும். வேலூர், வாலாஜாபேட்டை ஆகிய ஊர்களில் கங்கையம்மன் கோவில் திருவிழாக்களில் அம்மனுக்கு நேர்ந்து கொண்ட ஆண்கள் இந்த ஆட்டத்தில் பங்குபெறுகின்றனர். பெண்கள் இந்த ஆட்டத்தில் கலந்து கொள்வதில்லை. ஆனால் ஆப்பிரிக்க நாடுகளில் பெண்களும் இந்த ஆட்டத்தில் கலந்து கொள்கின்றனர் எனச் செய்தி.

வயதில் மூத்த ஆட்டக்காரர்கள் இதற்குப் பயிற்சி அளிக்கின்றனர். ஆட்டம் ஆடுபவர் கோவிலுக்கு காப்பு கட்டியது முதல் திருவிழா முடியும் வரை விரதம் இருக்க வேண்டும். கோவிலிலேயே இரவு தங்க வேண்டும். உடலில் எலுமிச்சம் பழங்களைக் குத்திக் கொள்வார்கள்.

இருகைகளையும் விரித்தால் இடிக்காதபடி இடைவெளி விட்டே ஆட்டக்காரர்கள் ஆடுவர். கட்டைகளில் சலங்கை கட்டியிருப்பர். கட்டைகளைக் கட்டும் முன்பாகக் கோவிலில் கட்டைகளை வைத்து பூஜை செய்த பின்னரே கட்டைகளைக் காலில் கட்டுவர்.

இரண்டு அல்லது மூன்று பேர் வரிசையாக போதிய இடைவெளி விட்டு நின்று ஆடுவார்கள். எனவே விஸ்தாரமான கோவிலின் முன்புறம் வட்டமாக நின்று கும்மி கொட்டியும் ஆடுவர். ஆட்டத்தில் ஒத்த அடி, ரெட்டடி என ஏழு அடிவரை மரக்கட்டை மீது ஏறி நின்று ஆடும் ஆட்டம் ஆந்திரம், மத்தியப்பிரதேசம் முதலிய மாநிலங்களில் ஆடப்படுகிறது.

கோணங்கி ஆட்டம்

கோமாளி போன்ற ஒப்பனையுடன் நாணி கோணிக் கொண்டு ஆடும் ஒரு வகையான வைணவ வழிபாட்டு சடங்கு ஆட்டமே கோணங்கி ஆட்டமாகும்.

திருமால் வழிபாடு நடைபெறும் புரட்டாசி, சித்திரை, வைகாசி மாதங்களில் இதற்காக நேர்ந்து கொண்ட 30 வயதுக்கு மேற்பட்டவர்களே இதனை ஆடுவர். இது திருமாலுக்கு உகந்த சனிக்கிழமைகளில் நடைபெறும்.

வயதானவன் போலவும், மூளைக் கோளாறு உள்ளவன் போலவும் தன்னை மறைத்துக் கொண்டு கண்ணன் கோபியருடன் ஆடினான் என்ற கதையின் அடிப்படையில் இந்த ஆட்டம் ஆடப்படுகிறது. தலையில் கோமாளி அணியும் தொப்பி, முகத்தில் வண்ணப் பூச்சு, நெற்றி மற்றும் இருகன்னக் கதுப்புகளில் பெரிய நாமங்கள், நரைத்த தாடி, மீசை, முழுக்கால் முழுக்கை சட்டைகள், கையில் எரியும் பந்தம், கழுத்தில் துளசி மாலை, இவற்றுடன் ஆடுவர். பம்பை, மங்கலம் முழங்க, திருமால் அவதாரப் பெருமையை ஒருவர் பாட இந்த ஆட்டம் நடைபெறும்.

இசைக்கு ஏற்ப, கை கால்களை அகல விரித்தும் மடக்கியும், நாணியும் உடலைக் கோணலாக்கியும் ஆடுவர். தெய்வம் தன் மேல் வந்தது போல ஆடுவர். இந்த ஆட்டத்திற்குத் தனிப்பயிற்சி இல்லை. வழிவழியாக குடும்பத்தினர் ஆடுவர்.

○○○

31

நிகழ்த்தாக் கலைகள்

இக்கலைகளை நாட்டுப்புற மக்களின் தொழில் சார்ந்த கலைகள் என்று தான் குறிப்பிட வேண்டும். இத்தொழில்கள், மக்களால் மக்களுக்காக உருவாக்கப்பட்டவை. கோயில்கள், தெய்வங்கள் இவற்றை அழகு படுத்துவதற்காகச் செய்யப்படுவன எனலாம்.

மண்பாண்டக் கலை

நாட்டுப்புற மக்களிடையே மண்பாண்டக் கலை மிகவும் சிறப்புப் பெற்றது. கலையழகுடன் கைத்திறனையும் காட்டி மண்பாண்டம் செய்வதையே பெரும் கலையாக்கிவிட்டனர். பல நிறங்களுடன், உருவ அமைப்பில் மாற்றமும் செய்து கலையழகுடன் பொருந்திய பொருட்களை உருவாக்குகின்றனர். கிராமங்களில் காணப்படும் ஐயனார் சிலைகள் இவர்களின் கைவண்ணத்திற்குச் சான்றாகும்.

பாய் பின்னுதல்

பாய் பின்னும் தொழில் நம்மிடையே பல தலைமுறையாக நடைபெற்று வருகிறது. பத்தமடைப் பாய் நெசவும், பனை ஓலையால் கூடை முடைதலும் கைத்தொழிலின் சிறந்த சான்றாகும்.

சிற்ப வேலைப்பாடு

மரத்திலும், உலோகத்திலும், கல்லிலும் சிற்பங்கள் செதுக்கப் படுகின்றன. கோவில் தேர்களில் அழகான சிற்பங்களைக் காணலாம். உலோகங்களில் தெய்வச் சிலைகளும், பாவை விளக்குகளும் செய்யப்படுகின்றன. உலோகத்தால் செய்வது போன்று கல்லிலும் சிற்பங்கள் செதுக்குவர்.

நாட்டுப்புற ஆடைகள்

நாட்டுப்புற மக்களின் ஆடைகள் பருத்தியால் ஆனவை, எளிமையானவை. ஆனால் வளர்ந்து வரும் நாகரிகத்திற்கு ஏற்ப அவர்களுடைய ஆடைகளிலும் மாற்றங்கள் ஏற்பட்டு வருகின்றன. அப்படியென்றால் அவர்களுக்கென்ற தனிப்பட்ட அடையாளத்தை அங்கு எதில் காணலாம் என்றால், அம்மக்களின், நம்பிக்கை சார்ந்த சடங்குகளிலும், தெய்வ வழிபாடுகளிலும் காணலாம். அந்த நிகழ்வின் போது எவ்வகை ஆடை அணிகின்றனர், நிறம் என்ன? போன்றவற்றைக் கொண்டு அவர்களின் பண்பாட்டின் தனித் தன்மைகளை அறிய முடியும்.

நாட்டுப்புற மருத்துவம்

நாட்டுப்புற மக்கள் கையாளும் மருத்துவ முறைகளை நாட்டுப்புற மருத்துவம் என்கிறோம். நாட்டுப்புற மருத்துவத்தை இரண்டு வகையாகப் பிரிக்கலாம். அவை,

1) மந்திர சமய மருத்துவம்

2) இயற்கை மருத்துவம்

மந்திர சமய மருத்துவம்

இவ்வகை மருத்துவம் மந்திரம், சடங்கு போன்றவற்றோடு தொடர்பு உடையதாக இருக்கும். நாட்டுப்புற மக்களின் மருத்துவ மந்திரச் சடங்குகள் மந்திரித்தல், திருநீறு போடல், கோடாங்கி கேட்டல், பார்வை பார்த்தல், நேர்த்திக் கடன் செய்தல், பேயோட்டடல், செய்வினை செய்தல் போன்ற பல பெயர்களால் அழைக்கப்படுகின்றன. இந்த மருத்துவர்களை அம்மக்கள் பூசாரி, பேயோட்டி, பாம்புக்கடி மருத்துவர், எலும்பு முறிவு வைத்தியர், மந்திரவாதி, சாமியாடி, அருளாடி, நாட்டு வைத்தியர் எனப் பல பெயர்களால் அழைக்கின்றனர். மக்களது நோயினைத் தீர்ப்பதற்கு மத மந்திரத்தைத் தழுவி நிற்பதனை மந்திர சமய மருத்துவம் (Magio - religious medicine) எனலாம்.

இயற்கை மருத்துவம்

மூலிகை, தாது போன்ற பொருட்கள், மருந்துகள் முதலியவற்றை இயற்கை நாட்டுப்புற மருத்துவம் என்பர். மனிதர்களுக்கும் விலங்குகளுக்கும் உட்கொள்ளும் மருந்து, வெளிப்பூச்சு மருந்து என இருவகையுண்டு. இயற்கை நாட்டுப்புற மருத்துவம் மனித இனம் தோன்றிய காலத்திலிருந்தே உள்ளது. பண்டைய மனிதனின் மருத்துவ அறிவை, நம்பிக்கையை இதன் மூலம் அறியலாம்.

மஞ்சள் காமாலை நோய் தீர

1) கீழாநெல்லி, மஞ்சள் கரிசலாங்கண்ணியை அரைத்து மோரில் கலந்து மூன்று நாள் சாப்பிட வேண்டும். உப்பில்லாத பால்சோறு சாப்பிட வேண்டும்.

2 சித்திர மூலம் மஞ்சள் காமாலையைக் குணமாக்கும்.

நாட்டுப்புறத் தொழில் நுட்பவியல்

நாட்டுப்புற மக்கள் மரபு வழியாகக் கடைப்பிடித்து வரும் முறைகளைக் கையாண்டு பொருட்களைத் தயாரிக்கின்றனர். அந்தந்த இடத்திலுள்ள மூலப்பொருள்களைக் கொண்டு கைவினைப் பொருட்களாகக் கலை அம்சம் கொண்ட பொருட்களை மட்டுமின்றி, மனித வாழ்வுக்குப் பயன்படுத்தும் செக்கு, கலப்பை, மாட்டுவண்டி போன்ற பொருட்களையும் தயாரித்து, அதிலும் அவர்களின் தொழில் நுட்பத்தை வெளிப்படுத்துகின்றர்.

கட்டடக் கலை

தமிழர் கட்டிடக்கலை ஆயிரம் ஆண்டுகளுக்கு முன்னரே கட்டிடக்கலை நுட்பத்தில் சிறப்பான இடத்தை பெற்றிருந்தது. மனித முன்னேற்றத்துடன், அறிவுத்துறைகளும், வாய்மொழி மரபுகளினாலும், செயல்முறைகளினாலும், ஒழுங்கமையத் தொடங்கியபோது, கட்டிடம் கட்டுதல் ஒரு கலையாக உருவானது. சமூக அமைப்பில் கோயில்களை முதன்மை கட்டுமானங்களாகக் கொண்ட அந்தக் கட்டிடக்கலையில் நுணுக்கமான அம்சங்கள் இந்தியா, இலங்கை, மாலத்தீவு

உள்ளிட்ட பல தெற்காசிய நாடுகளில் பரவலாக இன்றும் இருக்கின்றன. மேலும், பல்வேறு காலகட்டங்களில் தமிழகப் பகுதிகளை ஆட்சி செய்த ராஜ்ஜியங்களின் அடிப்படையில் அவற்றின் தாக்கமும், தனித்தன்மையும் தமிழகக் கட்டிட கலையின் மீது பதிந்து புதிய அம்சங்களும் உருவாகி இருக்கின்றன.

பாறைகளில் கட்டுமானங்கள்

தமிழகக் கட்டிடக்கலையில் பல்லவர்கள் காலம் முக்கியமானது, அவர்களது கட்டிடக்கலை அமைப்புகள் குடைவரை, கற்றளி மற்றும் கட்டுமானக் கோவில் என்று மூன்று விதங்களில் அமைந்தன. குடைவரை என்பது குறிப்பிட்ட பாறையின் ஓரிடத்தில் தொடங்கி கட்டுமான வடிவமைப்புக்கு ஏற்ப பாறையைச் சரியாகச் செதுக்கிச்செல்ல வேண்டும். அந்த நிலையில் பாறையில் விரிசல்கள் உருவானால் பணி கைவிடப்படும் என்ற நிலையில் தக்க ஒலியியல் சோதனைகள் செய்து கற்களின் உறுதி கண்டறியப்பட்டது.

தமிழர் கட்டிடக்கலையில் கற்றளி என்பது நிலத்திலிருந்து துருத்தி கொண்டிருக்கும் பாறை அல்லது குன்றுப் பகுதியை வெளிப்புறமாக மேலிருந்து கீழாகக் குடைந்து அமைக்கப்படும் கோயில் அமைப்புகள் ஆகும். பின்னர், ஏழாம் நூற்றாண்டு தொடக்கத்தில் கற்கள் கொண்டு கட்டுமானக் கோயில்கள் அமைக்கப்பட்டன. அவற்றில் முக்கியமானது மாமல்லபுர கடற்கரை கோவில் ஆகும். யுனெஸ்கோ அமைப்பால் புராதனச் சின்னமாக அது அறிவிக்கப்பட்டுள்ளது. கிட்டத்தட்ட 45 அடி உயரத்தில் கட்டுமானக் கோவில்களுக்கும், தமிழர் கட்டுமான நுட்பத்திற்கும் எடுத்துக்காட்டாக இன்றும் அது போன்ற கோவில்கள் உள்ளன.

மக்கள் வாழ்வதற்கான இல்லங்களும் அரசர்களுக்கான மாளிகைகளும், பொதுக் கட்டிடங்கள் பலவும் உருவாக்கப் பட்டிருக்கும் என்பதில் ஐயமில்லை. இவையெல்லாம் அழிந்துபோகக்கூடிய பொருட்களால் கட்டப்பட்டதால்

எதுவும் எஞ்சவில்லை.

சமூக அமைப்பில் கோயில்களை முதன்மைக் கட்டுமானங்களாகக் கொண்ட அந்த கட்டிடக்கலையில் நுணுக்கமான அம்சங்கள் இந்தியா, இலங்கை, மாலத்தீவு உள்ளிட்ட பல தெற்காசிய நாடுகளில் பரவலாக இன்றும் இருக்கின்றன.

ஆரம்ப கால கட்டுமானப் பொருட்கள்

சுமார் 6ம் நூற்றாண்டுக்கு முன்னர் சுடு மண், மரம், சுதை, மூங்கில், வைக்கோல், புல் மற்றும் செங்கல் ஆகியவை கட்டுமானப் பணிகளில் பயன்படுத்தப்பட்டன. அவ்வாறு அமைக்கப்பட்ட வீடுகளும், மன்னர் மாளிகைகளும், வணிக நிறுவனங்களும், பொது இடங்களும் இருந்ததற்கான அடையாளங்கள் இன்று பல இடங்களில் உள்ளன. கிட்டத்தட்ட 6ம் நூற்றாண்டிற்குப் பின்னர் கட்டுமானப் பணிகளில் கருங்கற்கள் பயன்படுத்தப்பட்டு கட்டிடங்கள் உருவாயின.

சுடுமண்

களிமண்ணால் செய்து பக்குவமாக உலர வைத்துச் சூளை போன்ற முறையில் சுட்டெடுத்து செய்யப்படும் உறுதியான கட்டடப் பொருளாகும்.

மரம்

மரம் ஒரு சிறந்த ஆரம்ப கால கட்டுமான பொருள். பல ஆயிரம் வருட அனுபவங்களை மர கட்டிட பொருட்கள் கொண்டுள்ளது. மரத்தால் கட்டப்பட்ட கட்டிடங்கள் நீண்ட கால சாத்தியம் உள்ளது. மர கட்டிடங்கள், யாரும் தேதி நிலைத்து இல்லை.

மரங்களில் ஆண், பெண், அலி என மூன்று வகையுண்டு. இவற்றில் வீட்டின் வாசற்கால், தூண்கள், பலகணி போன்றவை உண்டாக்க ஆண் மரங்களைத் தேர்ந்தெடுக்க வேண்டும். உத்திரம், விட்டம், வளை, தாழ்வாரம், தாங்கிக்

கட்டை ஆகியவற்றுக்கு பெண்மரங்கள் ஏற்றவை. சிறுவிட்டம், சட்டம், கைகள், வேலி ஆகியவற்றுக்கு அலி மரங்களைப் பயன்படுத்தலாம். இவையெல்லாம், அரண்மனை, செல்வர் மாளிகைகள், கோவில்கள், அவை சார்ந்த கட்டிடங்களுக்காகச் சொல்லப்பட்டவை.

சுதை

சுண்ணாம்பால் உருவாக்கப்பட்டவையாகும். மரக் குச்சிகளும் சுண்ணாம்பும் இதற்குப் பயன்படுத்தப்பட்டன. சுதை பல நூற்றாண்டுகளுக்கு முன்பிருந்தே வழக்கிலிருந்தன. பின்னாளில் சுண்ணாம்பிற்குப் பதிலாக சிமெண்ட் பயன்படுத்தப்பட்டது. மரக் குச்சிகளுக்குப் பதிலாக இரும்புக் கம்பிகள் பயன்படுத்தப்பட்டன.

மூங்கில்

மூங்கில் கட்டுமானங்கள் ஒரு வலுவான மற்றும் இலகுரக கட்டிடப் பொருள், மூங்கில்களை முழுமையாகவோ உடைத்தோ பயன்படுத்தினார்கள்.

வைக்கோல்

பழமையான கட்டுமானப் பொருட்களில் ஒன்றாகும், இது மிகவும் வலிமையானது. கோதுமை, அரிசி, கம்பு மற்றும் இதே போன்ற பயிர்களிலிருந்து அறுவடை செய்யப்படும் வைக்கோல் பூமிக்கு உகந்ததாகவும், பணப்பையை நட்பாகவும் கொண்டுள்ளது. வைக்கோல் சுவர்கள் அதிக சுமைகளைத் தாங்கும் அளவுக்கு உறுதியானவை.

செங்கல்

செங்கல் என்ற சொல் களிமண்ணால் ஆன ஒரு அலகு என்று குறிப்பிடப்படுகிறது. சுடப்பட்ட செங்கற்கள் மிக நீடித்த மற்றும் வலிமையான கட்டுமானப் பொருட்களில் ஒன்றாகும். ஒரு செங்கல் என்பது கொத்து கட்டுமானத்தில் சுவர்கள் மற்றும் பிற கூறுகளை உருவாக்கப் பயன்படும் பழமையான கட்டுமானப் பொருள். ஒரு செங்கல் களிமண்

தாங்கும் மண், மணல் மற்றும் சுண்ணாம்பு பொருட்களால் ஆனது.

கட்டமைப்பு முறைகள்

வீடுகள் உள்ளிட்ட குடியிருப்புகள் அமைப்பதில் 'பெரும் பெயர் மன்னர்க் கொப்ப மனை வகுத்து..' என்ற சங்க பாடலுக்கேற்ப மக்களின் தேவைகள் மற்றும் வசதி ஆகியவற்றை அனுசரித்து கட்டிடங்களை மக்கள் அமைத்துக்கொண்டனர்.

வீடுகள் கட்டுவதற்கு முன்னர் தேர்வு செய்த நேரத்தில் கடைக்கால் அமைக்கும் வழக்கமும் இருந்தது. தமிழர் கட்டிடக்கலையில் பொதுவான அம்சங்கள் அஸ்திவாரம், சுவர்கள் மற்றும் மேற்கூரை, விமானம் அல்லது கோபுரம் ஆகியவை. எந்தவொரு கட்டிட அமைப்பும் அவற்றின் அடிப்படையிலேயே கட்டப்பட்டன. அவ்வாறு அமைந்த வீடுகளின் நிலைகளில் அழகிய வேலைப்பாடுகள் செய்யப்பட்டன. காற்று வசதிக்காக வீட்டின் சுவர்களில் விதவிதமான ஜன்னல்கள் பொருத்தப்பட்டன.

பழைய காலத்திலும் உறுதியான அஸ்திவார அமைப்புகள் வடிவாக்கம் செய்யப்பட்டிருக்கின்றன. அதற்காக சுண்ணாம்பு மற்றும் கருப்பட்டி போன்ற பொருட்கள் பயன்படுத்தப்பட்டிருக்கின்றன. இப்போது இருப்பது போன்ற கடைக்கால் அமைப்பதற்கான பொறியியல் வல்லுனர்கள் அன்று இல்லை. இருந்தாலும் காலத்தை வென்று நிற்கக்கூடிய கட்டமைப்புகளை அவர்களால் உருவாக்க இயன்றது. அதற்குக் காரணம் அன்றைய சூழலில் எளிதாகக் கிடைத்த இயற்கையான பொருட்களை அவர்கள் சரியான முறையில் பயன்படுத்தினார்கள்.

தமிழர் கட்டிடக்கலையில் பொதுவாக மூன்று உறுப்புகள் காணப்படுகின்றன. அவை தாங்குதளம், சுவர் மற்றும் விமானம் (கோபுரம்) ஆகும்.

தாங்குதளம் என்பது விதிகளின்படி அமைக்கப்படுகின்ற மரபுவழிக் கட்டிடங்களின் உறுப்புக்களில் ஒன்றான அடித் தளத்தைக் குறிக்கும். தொடக்ககாலக் கட்டிடங்களின் உறுப்புகளில் நிலத்தின்மேற் அமைக்கப்பட்ட முதல் உறுப்பு இதுவாகவேயிருந்தது. தாங்குதளங்கள் ஒன்றின்மேலொன்றாக வரிவரியாக அல்லது பல படைகளாக அமைகின்ற துணையுறுப்புக்களின் சேர்க்கையால் உருவாக்கப்படுகின்றன.

சுவர் என்பது வழக்கமாக ஒரு இடத்தை அல்லது வெளியை வரையறுக்கின்ற அல்லது அதனைப் பாதுகாக்கின்ற ஒரு அமைப்பாகும். சரிவான நிலையில் அமைந்த சுவர்களும் இருந்த போதிலும் சுவர்கள் பொதுவாக நிலைக்குத்து அமைப்புகளாகும். மிகப் பொதுவாக, சுவர்கள் கட்டிடங்களினுள் இடத்தைப் பல்வேறு அறைகளாகப் பிரிப்பதுடன், கட்டிடத்தின் உட்பகுதிகளை வெளிப்புறப் பகுதிகளினின்றும் பிரிக்கின்றது.

கோபுரம் என்பது மனிதரால் உருவாக்கப்பட்ட உயரமான அமைப்பு ஆகும். இவை அவற்றின் நீள, அகலங்களைக் காட்டிலும் பல மடங்கு உயரமாக இருக்கும். கோபுரங்கள் பொதுவாக அவற்றின் உயரத்திலிருந்து பயன் பெறுவதற்காகவே கட்டப்பட்டன.

தமிழகக் கட்டிடக்கலையில் பல்லவர்கள் காலம் புதிய பார்வையை உண்டாக்கியது. அவர்களது கட்டிடக்கலை அமைப்புகள் குடைவரை, கற்றளி மற்றும் கட்டுமானக் கோவில் என்று மூன்று விதங்களில் அமைந்தன.

பெரிய மலைகளைக் குடைந்து அமைக்கப்பட்ட கோயில்கள் "குடைவரைக் கோயில்கள்" என அழைக்கப்படுகின்றன. நீண்ட காலம் நிலைத்து நிற்காத மரம், மூங்கில், வைக்கோல், புல் வகைகள் போன்றவைகளைப் பயன்படுத்தியே கட்டிடங்களை அமைத்து வந்தார்கள் எனக் கருதப்படுகின்றது. நிலைத்து நிற்கக் கூடிய கட்டிடங்களை அமைப்பதற்கு, பெரியமலைப் பாறைகள் இருக்குமிடங்களில்,

அவற்றைக் குடைந்து கட்டிடங்களை அமைத்தார்கள். குறிப்பிட்ட பாறையின் ஓரிடத்தில் தொடங்கி கட்டுமான வடிவமைப்புக்கு ஏற்ப பாறையைச் சரியாக செதுக்கிச்செல்ல வேண்டும். அந்த நிலையில் பாறையில் விரிசல்கள் உருவானால் பணி கைவிடப்படும் என்ற நிலையில் தக்க ஒலியியல் சோதனைகள் செய்து கற்களின் உறுதி கண்டறியப்பட்டது.

தமிழர் கட்டிடக்கலையில் கற்றளி என்பது நிலத்திலிருந்து துருத்தி கொண்டிருக்கும் பாறை அல்லது குன்று பகுதியை வெளிப்புறமாக மேலிருந்து கீழாக குடைந்து அமைக்கப்படும் கோயில் அமைப்புகள் ஆகும். பின்னர், ஏழாம் நூற்றாண்டு தொடக்கத்தில் கற்கள் கொண்டு கட்டுமானக் கோயில்கள் அமைக்கப்பட்டன. அவற்றில் முக்கியமானது மாமல்லபுர கடற்கரை கோவில் ஆகும். யுனெஸ்கோ அமைப்பால் புராதனச் சின்னமாக அது அறிவிக்கப்பட்டுள்ளது. கிட்டத்தட்ட 45 அடி உயரத்தில் கட்டுமான கோவில்களுக்கும், தமிழர் கட்டுமான நுட்பத்திற்கும் எடுத்துக்காட்டாக இன்றும் அது போன்ற கோவில்கள் உள்ளன.

இக்காலக் கட்டடக் கலை வல்லுநரும் வியக்கும் சில பொறியியல் நுணுக்கங்கள் பழந்தமிழர் கட்டடக் கலையில் அமைந்திருந்ததைக் காண்கிறோம். பலவகை அழகிய தோற்றமுடைய பலகணிகளைப் (ஜன்னல்) பழந்தமிழர் கட்டியிருப்பதை அறிய முடிகிறது.

பின்னர், சோழர்கள் காலத்தில் தமிழர் கட்டிட கலை வளர்ச்சி பெற்று, பத்தாம் நூற்றாண்டின் இறுதியில் ராஜராஜ சோழன், ராஜேந்திர சோழன் ஆட்சிக்காலத்தில் பெரிய அளவில் கோயில்கள் கட்டப்பட்டன. அவை பல்லவர்களின் கட்டுமான பாணியைப் பின்பற்றியிருந்தாலும், அவற்றிலிருந்து பல்வேறு நிலைகளில் வேறுபட்டிருந்தன. கருங்கற்களைக் கொண்டு சிறப்பாக வடிவமைக்கப்பட்ட பல கோயில்களை சோழர்கள் அமைத்தனர். அவர்கள் பல்வேறு பொதுக் கட்டமைப்புகளையும் வடிவமைத்து கட்டிடக்கலையை வளர்த்தது குறிப்பிடத்தக்கது.

இராசராசன் கட்டிய தஞ்சைக் கோபுரத்தின் உயரம் *216* அடி. அப்படியானால் இதன் கடைக்கால் அளவு எத்துணை ஆழமும் அகலமும் உள்ளதாயிருந்திருத்தல் வேண்டும்? கோபுரத்தின் உச்சியில் அமைந்துள்ள ஒரே கல் மட்டும் இருபத்தைந்தரை அடிச் சதுரம் உடையது. இதன் எடை இன்றைய அளவுமுறைப்படி எண்பது டன். இதற்குப் 'பிரமந்திரதளக்கல்' என்று பெயர். பாரம் தூக்கி மேலே ஏற்றி வைக்கக்கூடிய புதிய எந்திரங்கள் எவையும் இன்றுபோல இல்லாத காலத்தில் இவ்வளவு பெரிய கல்லை எவ்வாறு *216*அடி உயரத்திற்கு ஏற்றினர் என்பது எண்ணி வியத்தற்குரியது.

அணைகள் கட்டி நீரைத் தேக்கும் பொறியியலிலும் தமிழர்கள் திறம் பெற்றிருந்தனர். சோழன் கரிகாற் பெருவளத்தான் காவிரிக்குக் கரை எடுத்த பெருமையும், கல்லணை கட்டிய சிறப்பும் நீர்ப்பாசனப் பொறியியல் கட்டடக் கலையியலின் அழியாச் சின்னங்களாக விளங்குகின்றன.

அதன் பின்னர் தென்னகத்தில் சிறப்பான கட்டிடக்கலை வல்லுனர்கள் கொண்ட விஜயநகர அரசின் கட்டிட கலை அம்சங்கள் பொருந்திய கோவில்கள் அமைக்கப்பட்டன.

கல், மரம், செம்பு, இரும்பு, அரக்கு முதலியவற்றைப் பயன்படுத்தி அவ்வக் காலத்தில் தமிழர் கட்டடக் கலை

கோயில்களாகவும், அரண்மனைகளாகவும் வளர்ந்த விதம், கோட்டைகளாகவும், பாதுகாப்புக் கட்டடங்களாகவும் வளர்ந்த விதம் அனைத்துமே அவர்தம் வரலாற்றுச் சிறப்பையும், பண்பாட்டுப் பெருமையையும், பொறியியல் நுண்ணறிவையும் விளக்குவனவாக அமைந்துள்ளன.

இன்றைய பொறியியல் வல்லுநர்கள் (Construction Engineers) போல் அன்றும் கட்டடக்கலைத் திறன் வல்ல நூலறி புலவர் இருந்தனர். சிற்ப நூலை (கட்டடக் கலை நூலை) நன்கு நுணுக்கமாக அறிந்த புலவர்கள் நூலை நேரே பிடித்துத் திசைகளை மாறாது குறித்துக்கொண்டு அவ்வத் திசைகளில் நிற்கும் தெய்வங்களையும் குறைவறப் பார்த்து அரச மரபினருக்கு ஏற்ப மனையை வகுத்தனர். நூலைப்பிடித்து அளவும் திசையும் பார்க்கும் வழக்கம் இன்றும் கொத்தனார்களிடையே உள்ளது.

கோயில்கள், அரண்மனைகள் போலவே பாதுகாப்புக்கான கோட்டை கொத்தளங்களையும் அகழி, மதில் போன்ற அவற்றின் உறுப்புக்களையும் தமிழர்கள் சிறப்பாக வகுத்திருக்கின்றனர். கோட்டை மதில்களையும் பாதுகாப்புக்கான அகழிகளையும் அமைப்பதில் தமிழர்கள் மிகமிக உயர்திறன் பெற்றிருந்ததை அறியப் போதுமான சான்றுகள் உள்ளன.

நெடிதுயர்ந்த மதில்களில் பாதுகாப்புக்கான பல்வேறு வகை விசைக் கருவிகள் பொறிகள் பொருத்தப்பட்டிருந்தன. தாமாகவே வளைந்து விரைவாக அம்புகளை வீசும் விற்பொறிகள், கருங்குரங்கைப் போன்ற அமைப்புடைய விசைப்பொறிகள், கற்களை உமிழ்வதுபோல வீசியடிக்கும் கவண்பொறிகள், பகைவர் நெருங்கிவர முயலும்போது அவர்மீது கொதிக்கிற எண்ணெயைக் கவிழ்த்துவிடும் பொறிகள், இரும்பைக் காய்ச்சி ஊற்றும் உலைப்பொறிகள், பகைவரைப் பற்றிக் கழுத்தை இறுக்கி முறுக்கும் பொறிகள், ஆளிதலைப் புலிவடிவாக அமைந்த புதுமைப் பொறிகள், அகழியைத் கடந்து மதிலில் ஏற முயலும் பகைவர்களைக் கீழே தள்ளிவிடும் இரும்புக் காப்புக்கள், தூண்டில் பொறிகள், பன்றிப் பொறிகள், ஊசிப் பொறிகள், சங்கிலிப் பொறிகள் முதலான பல்வேறு வகை இயந்திரப் பொறிகளை மதிலில் கட்டியிருந்தார்கள் என்று சிலப்பதிகாரம் விவரித்துக்

கூறுகிறது.

சோழர்கள் காலத்தில் தமிழர் கட்டிட கலை வளர்ச்சி பெற்று, பத்தாம் நூற்றாண்டின் இறுதியில் ராஜராஜ சோழன், ராஜேந்திர சோழன் ஆட்சிக்காலத்தில் பெரிய அளவில் கோயில்கள் கட்டப்பட்டன. அவை பல்லவர்களின் கட்டுமானப் பாணியை பின்பற்றியிருந்தாலும், அவற்றிலிருந்து பல்வேறு நிலைகளில் வேறுபட்டிருந்தன. கருங்கற்களைக் கொண்டு சிறப்பாக வடிவமைக்கப்பட்ட பல கோயில்களை சோழர்கள் அமைத்தனர். அவர்கள் பல்வேறு பொது கட்டமைப்புகளையும் வடிவமைத்து கட்டிடக்கலையை வளர்த்தது குறிப்பிடத்தக்கது. அதன் பின்னர் தென்னகத்தில் சிறப்பான கட்டிடக்கலை வல்லுனர்கள் கொண்ட விஜயநகர அரசின் கட்டிடக் கலை அம்சங்கள் பொருந்திய கோவில்கள் அமைக்கப்பட்டன.

நாட்டுப்புறக் கட்டடக் கலையில் மரபு வழிப்பட்ட திட்டம் மேற்கொள்ளப்படுகின்றது. கட்டடம் கட்டுபவரே வீட்டின் அமைப்பைத் தீர்மானிப்பார். அவ்வீட்டின் அமைப்பு பெரும்பாலும் அப்பகுதியிலுள்ள மற்ற வீடுகளின் அமைப்பு போன்றிருக்கும். முன்னோர் கட்டிய கட்டட அமைப்பின் மாதிரியாகவும் இருக்கும். நாட்டுப்புறக் கட்டடக் கலையில் பயன்படுத்தும் பொருட்கள், கருவிகள், தொழில் நுட்ப முறைகள் மற்ற கட்டடக் கலைகளிலும் பயன்படுத்தப்படுகின்றன. நாட்டுப்புற மக்கள் வசிக்கும் வீடுகளைத் தரையமைப்பு, கூரை ஆகியவற்றின் அடிப்படையில் மூன்றாக வகைப்படுத்தி உள்ளனர்.

1. நீண்ட சதுரத் தரை அமைப்பும் மட்டமான கூரையும்
2. நீண்ட சதுரத் தரை அமைப்பும் சாய்வான கூரையும்
3. வட்டமான தரை அமைப்பும் கூம்பு வடிவக் கூரையும்.

○○○

32

கலைகளைக் காப்போம்

நாட்டுப்புற மக்களின் வாழ்வியல் கூறுகள் ஒவ்வொன்றும் நமது சமுதாயப் பண்பாட்டின் அடையாளச் சிறப்பங்களாகும். தமிழ் சமூகம் உலக அளவில் உச்சத்தைத் தொட்டதற்கு தமிழ்ப் பண்பாட்டின், கலாசாரத்தின் அடிப்படை ஆணிவேராக இருந்தது தமிழரின் கலைகள் தான்.

தமிழ் வாழ்வியலின் ஒவ்வொரு நிலையிலும் கலை இடம் பெறுகிறது. இதன்மூலம் தம்மையும், தம்மைச் சார்ந்தவரையும், தாம் வணங்கும் தெய்வத்தையும் மகிழ்ச்சிப்படுத்த கலைகளைப் பயன்படுத்தினர்.

இசைக்கு மயங்காத உயிர்கள் இல்லை என்பர். ஆனால் இசைக்கு தெய்வமும் இறங்கி வரும் என்பதை நமது கலை உணர்த்துகிறது.

தமிழகக் கிராமியக் கலைகள் 1980க்கும் 2000க்கும் இடையில் உத்தேசமாக 100 அளவில் இருந்தன. இப்போது இவற்றில் 60%தான் உயிர்வாழ்கின்றன.

வாழ்வியலுக்கும், வழிபாட்டிற்கும் வழிகாட்டிய நாட்டுப்புற நிகழ்த்துக் கலைகள், இன்று மெல்ல மெல்லத் தடம் அழிந்து கொண்டு இருக்கின்றன.

காலத்தின் மாற்றத்தால் பல சமூகங்கள் தங்கள் கலைகளை மறந்தனர்,

கல்வி, வேலை வாய்ப்பில் முன்னேறிய இளைஞர்கள், முன்னோர்களின் கலைகளைத் தொடராமல் விடுவது இயற்கையாகிறது.

கலைஞர்களுக்குச் சரியான சம்பளம் கிடைக்காமல், அவர்கள் வாழ்வியல் பொருளாதார ரீதியில் துன்பப்படுவது வேதனையாகும்.

பலர் மதுப் பழக்கத்திற்கு ஆளாவதால் உடல் நிலை பாதிக்கப்பட்டு, சேமிப்பு பழக்கத்தையும் இழந்து விடுகின்றனர்.

இப்படி பல்வேறு சமூகச்சூழல்கள் காரணமாக இருந்தாலும், அதனை மீட்டெடுப்பது என்பது தமிழ்ச் சமூகத்தின் கடமையாகவே உள்ளது.

நமது முன்னோர்கள் விட்டுச்சென்ற நாட்டுப்புற கலைகள் ஒவ்வொன்றுக்கும் ஒரு தனிச்சிறப்பு உள்ளது. வெள்ளை ஆடை அணிந்து, காலில் சலங்கை கட்டி, கையில் ஆளுக்கொரு கைக்குட்டையை பிடித்து லாவகமாக வீசியபடியே ஆடுவது ஒயிலாட்டம். இதிகாச, புராண வரலாற்றுக் கதைகளை அடிப்படையாக கொண்டு ஒயிலாட்டம் நடக்கும். இரண்டு கோல்களைப் பயன்படுத்தி ஒன்றுடன் ஒன்று மோதி, ஒலி எழுப்பிய படி ஆடுவது கோலாட்டம்.

இது இசையை அடிப்படையாகக் கொண்டது. மலர்களைக் கொண்டு அலங்கரிக்கப்பட்ட குடத்தைத் தலையில் வைத்துக் கொண்டு ஆடுவது கரகாட்டம். சுற்றிச் சுழன்று, வளைந்து, நெளிந்து ஆடினாலும் தலையில் இருக்கும் கரகம் என்னும் குடம் கீழே விழாமல் இருப்பது இந்த ஆட்டத்தின் சிறப்பு. தமிழ்கடவுள் முருகனை வேண்டி ஆடும் ஆட்டமே காவடியாட்டம். இது இறைவழிபாட்டுக்கான ஆட்டம் என்றாலும் கலைத்திறனும், ஆடல் நுட்பமும் மிகுதியாக இருக்கும்.

தெய்வங்களின் வரலாறு, தெய்வநிலை பெற்றவர்களின் வரலாறு, அரசர்களின் வரலாற்றை உரைநடையில் விளக்கிக் கூறுவது வில்லுப்பாட்டு. தோலாலும், மரத்தாலும் செய்த பொம்மைகளை ஒரு திரைக்குப் பின்னால் இருந்து ஆடியசைத்து கதை சொல்வது பாவைக்கூத்து. பின்னாளில் வந்த நாடகத்திற்கும், திரைப்படத்திற்கும் இதுவே வழிவகுத்தது

என்றும் கூறலாம். இப்படி ஒவ்வொரு கலைக்கும் ஒரு சிறப்பு உள்ளது.

ஆனால் இயந்திர மயமாகிவிட்ட இன்றைய வாழ்க்கைச் சூழலில், இந்தக் கலைகளை யாரும் கண்டு கொள்வதில்லை. அதிலும் இளைய தலைமுறையினருக்கு இந்தக்கலைகளின் பெயர்கள் கூட விசித்திரமாகத் தெரிகிறது. ஒருகாலத்தில் மக்களை மகிழ்ச்சியின் உச்சத்தில் ஆழ்த்திய இந்தக் கலையை நம்பி, தற்போதும் நூற்றுக்கணக்கான கலைஞர்கள் வாழ்ந்து வருகின்றனர். போதிய வாய்ப்புகள் இல்லாததால் அவர்கள் பல ஆண்டுகளாக முடங்கிக்கிடக்கின்றனர். அதிலும் கொரோனா பெருந்தொற்று பரவலும், ஊரடங்கு கட்டுப்பாடுகளும் சொற்ப வாய்ப்புகளுக்கும் உலை வைத்து விட்டது.

சிறுதெய்வம் என்று சொல்லக்கூடிய நாட்டுப்புற வழிபாட்டிலும், பெருந்தெய்வம் என்று சொல்லக்கூடிய சமய வழிபாட்டிலும் நாட்டுப்புற கலைகள் இல்லாத வழிபாடே இல்லை.

இன்றளவும் கிராமப்புறங்களில் கோவில் திருவிழாக்களில் காணமுடியும். கலைகளால் மக்கள் மனம் மகிழ்ந்தனர். உற்றார் உறவினர்களை மகிழ்ச்சிப்படுத்தினர். ஆண்டுதோறும் விவசாயம் செய்யும் விவசாயிகள் ஆனந்தத்தை வெளிப்படுத்தும் விதமாக ஆட்டக் கலைகள் அமைந்தன. ஆனால் இன்றோ பல கலைகள் இருந்த இடம் தெரியாமல் போய் விட்டன. பல கலைகளுக்கு ஆட்டக் கலைஞர்களே இல்லை. மிச்சம் இருக்கும் ஒன்றிரண்டு கூத்துக்கலைகள் தான் இன்றைய கிராமப்புற வழிபாட்டில் காணமுடிகிறது.

தமிழரின் தனி அடையாளமாக அடையாளப்படுத்திய கலைகளான கரகாட்டம், வில்லுப்பாட்டு, மயிலாட்டம், ஒயிலாட்டம், தேவராட்டம், சிலம்பாட்டம், காவடியாட்டம், புலியாட்டம், ராஜாராணி ஆட்டம், காளையாட்டம், வில்லுப்பாட்டு, பாவைக்கூத்து, கும்மியாட்டம், பொய்க்கால் குதிரையாட்டம், கூத்து என்ற நாடகம். இந்த கலைகளும், இன்னபிற கலைகளும் தமிழ்நாட்டில் ஒரு காலத்தில் மூலை

முடுக்கெல்லாம் பட்டொளி வீசிப் பறந்த கலைகளாகும். தமிழர்களின் பண்பாட்டை பறைசாற்றி நின்ற நிகழ்த்துக் கலைகள் ஆகும். ஆனால் இன்று இருந்த இடம் தெரியாமல் அழிந்து கொண்டிருக்கின்றன. இக்கலைகளின் மைய மற்றும் பாடுபொருளாக இருப்பது புராண, இதிகாசக் கதைகளே. கிராமங்கள் தோறும் ராமாயணத்தையும், மகாபாரதத்தையும் இக்கலைகள் எடுத்துரைத்தன. கண்ணகி, கோவலன் கதைகளைக் கற்றுக் கொடுத்தது. சமூகத்தின் பண்பாட்டை வீதிதோறும் எடுத்துரைத்தது. எளிமையான நடையாலும், பேச்சு வழக்கினாலும் கதைகளைப் புரியவைத்து மக்களை ரசிக்க வைத்தது. புராணங்களைக் கற்றுக் கொடுக்கும் ஆசானாக இக்கலைகள் விளங்கின.

நமது நாட்டுப்புறக் கலைகள் நீதியை முன்னெடுத்துச் சென்றன. நீதி தவறிய பாண்டிய மன்னனை உலகிற்கு எடுத்துக் காட்டியது. அறத்தை வலியுறுத்தியது. விருந்தோம்பலை வீடுதோறும் கொண்டு சேர்த்தது. படிக்காத பாமரனுக்கும் சிலப்பதிகாரத்தையும், கந்தபுராணத்தையும் கற்றுக் கொடுத்தது. காதலையும், வீரத்தையும் சுட்டிக்காட்டியது. பொய்யே பேசாத அரிச்சந்திரனை ஊருக்கும், உலகிற்கும் எடுத்துக்காட்டி உண்மை பேச வலியுறுத்தியது. நாட்டுப்புறத் தெய்வங்களான மாரியம்மனைப் பற்றியும், காளியைப் பற்றியும், கொற்றவை பற்றியும், அய்யனார், கருப்பர், முனீஸ்வரன் போன்ற தெய்வங்களின் வரலாற்றினைக் கதைகள் மூலம் எடுத்துக் கூறி நின்றது. மக்களால் மதிக்கப்பட்ட இக்கலைகளில் ஒன்றான வில்லுப்பாட்டு முருகன், வள்ளி, தெய்வானை போன்றோரின் வாழ்க்கை வரலாற்றினை எடுத்து இயம்பியது.

தோற்பாவைக் கூத்து ராமாயணத்தில் உள்ள ராமனையும், சீதையையும் மூலை முடுக்கெல்லாம் கொண்டு சென்றது. தலையில் உள்ள கரகம் கீழே விழாமல் ஆடும் கரகாட்டம், விந்தைகளில் விந்தையாக உலக மக்களால் ரசிக்கப்பட்டது. பாமரப் பெண்கள் சொல்லும் கும்மிப் பாடல்கள் எதுகையும், மோனையும் தன்னகத்தே கொண்டிருக்கும். இப்பாடல்கள் குலதெய்வத்தையும், காவல் தெய்வத்தையும் கண்முன் கொண்டு வந்து நிறுத்தியது.

தெருக்கூத்துகளில் ஒன்றான நாடகம் தான் இன்றைய காலகட்டத்தில் தமிழகத்தின் சில மாவட்டங்களில் ஊர்த்திருவிழாவில், அத்தி பூத்தாற்போல காணப்படுகிறது. வள்ளி திருமணம், பவளக்கொடி, சத்தியவான் சாவித்திரி, அரிச்சந்திர புராணம், வீரபாண்டிய கட்டப்பொம்மன், மகமாயி போன்ற வரலாற்று புராண நாடகங்கள் மேடை நாடகங்களாகச் சில இடங்களில் காணப்படுகின்றன. பொய்சொல்லா உத்தமன் அரிச்சந்திரனின் வாழ்வினை மையப்படுத்தியும், வீரத்தில் சிறந்த கட்டபொம்மனின் கதையை உலகறியச் செய்தவை இந்நாடகங்களே.

உண்மையையும், நீதியையும், தர்மத்தையும், நேர்மையையும், பலவிதத் திறமைகளையும் தமிழ்ப் பண்பாட்டையும், கலாசாரத்தையும் கட்டிக்காத்த நாட்டுப்புற ஆட்டக்கலைகள், இன்று இருந்த இடம் தெரியாமல் போய்க் கொண்டு இருக்கின்றன. கால மாற்றம், நவீன உலகம், சினிமாவின் தாக்கம், தொலைக்காட்சியின் வரவு போன்றவை இக்கலைகள் காணாமல் போகக் காரணமாக இருக்கலாம்.

நிகழ்ச்சிகள் இல்லை, போதிய வருமானம் இல்லை என்பதால் இக்கூத்துக் கலைஞர்களும் வேறு தொழில்களுக்குச் செல்ல வேண்டிய கட்டாயத்துக்கு ஆளாக்கப்பட்டு விட்டனர். காணாமல் போன கலைகளை மீட்டெடுத்து கலைகளையும், கலைஞர்களையும், கதைக் கருவினையும் கட்டிக்காப்பது நமது கடமை. கால வெள்ளத்தில் அடித்துச் செல்லப்பட்ட தமிழர் கலைகளை மீட்டு, தமிழர் பண்பாட்டைப் பறை சாற்றுவோம்.

தமிழக அரசு விழாக்களில் வாய்ப்பு வழங்கப்படுவதால் கிராமியக் கலைகளுக்கு புத்துயிர் கிடைக்கும் என்ற நம்பிக்கை நாட்டுப்புற கலைஞர்களுக்கு வந்தது. பண்டைத் தமிழர்களின் கலாச்சாரம், வாழ்வியல், பண்பாட்டை உணர்த்துவதில் நாட்டுப்புற கலைகள் முக்கியப் பங்கு வகித்தன. இந்தக் கலைகள் பொழுது போக்க மட்டுமன்றி தமிழர்களின் பன்முகத்திறமைகளுக்கும் வழிவகுத்துக் கொடுத்தது. காலத்தின் சுழற்சியும், கணிப்பொறியின் ஆதிக்கமும், நம்மை நவீனங்களை நாடிச்செல்ல வைத்துள்ளது. இதனால்

பண்பாடு காத்த பாரம்பரிய கலைகளின் சுவடுகள் மெல்ல, மெல்ல மறைந்து வருகிறது.

இந்த நிலையில் தற்போதைய அரசு, விழாக்களில் இந்த கலைகளுக்கு முக்கியத்துவம் அளித்து வருவது கவனம் ஈர்த்துள்ளது. இவற்றை மட்டுமே நம்பிய நிலையில் வாழ்வாதாரம் இன்றி தவித்து, முடங்கி கிடந்த நூற்றுக்கணக்கான கலைஞர்கள், புதிய உற்சாகத்துடன் மக்கள் மத்தியில் வலம் வரத் தொடங்கியுள்ளனர்.

இந்தச் சூழலில் தற்போதைய தமிழக அரசு, இந்தக் கலைகளுக்கு உற்சாகமூட்டி கரம் கொடுத்து வருவது புதிய நம்பிக்கையை ஏற்படுத்தி உள்ளது. குறிப்பாக அரசு விழாக்களின் போது இந்தக் கலைகளுக்கு முக்கியத்துவம் கொடுத்து, கலைஞர்களுக்கு வாய்ப்புகள் வழங்கப்படுவது மிகவும் பாராட்டுக்குரியது.

கல்வி நிறுவனங்களில் நடக்கும் நிகழ்ச்சிகளிலும், நாட்டுப்புற கலை இடம் பெற வேண்டும் என்று அறிவித்திருப்பதும் வரவேற்புக்குரியது. இதை உறுதிப்படுத்தும் வகையில், சமீபத்தில் தமிழக முதல்வர் மு.க.ஸ்டாலின் சேலம் வருகையின் போது, ஆங்காங்கே மேடைகள் அமைத்து நாட்டுப்புறக் கலைஞர்கள் தங்களின் திறமையை வெளிப்படுத்தியது பொதுமக்களின் கவனத்தை வெகுவாக ஈர்த்தது. இதனால் நாட்டுப்புறக் கலைகள் அனைத்தும் புத்துயிர் பெற்று, மீண்டு வரும் என்ற நம்பிக்கை பிறந்துள்ளது.

நாட்டுப்புறக் கலைகள் சிலவற்றின் பெயர்கள்

01. அம்மன் கூத்து
02. அன்னக்கொடி விழாக் கூத்து
03. அனுமன் ஆட்டம்
04. ஆலி ஆட்டம்
05. இடையன் இடைச்சி கதை
06. இரணிய நாடகம்
07. இருளர் இனமக்களின் ஆட்டங்கள்
08. இலாவணி
09. உடுக்கைப்பாட்டு
10. உறுமி கோமாளியாட்டம்
11. எக்காளக்கூத்து
12. ஒட்ட நாடகம்
13. ஒயில் கும்மி
14. ஒயிலாட்டம்
15. கட்சிப்பாட்டு
16. கட்டைக்குழல்
17. கண்ணன் ஆட்டம்
18. கணியான் ஆட்டம்
19. கதை வாசிப்பு
20. கப்பல் பாட்டு
21. கரகாட்டம்
22. கரடியாட்டம்
23. கருப்பாயி ஆட்டம்
24. கருப்பாயி கூத்து
25. கல்யாணக் காமிக்
26. கழியல் ஆட்டம்.
27. கழுவேற்ற விழாக் கூத்து
28. கழைக்கூத்து
29. களரி
30. களமெழுத்தும் பாட்டும்
31. காமாட்டா
32. காமாட்டா கொட்டுதல்
33. காமன் எரிப்பு ஆட்டம்
34. காவடியாட்டம்
35. காளை ஆட்டம்
36. கானாப்பாட்டு
37. கிருஷ்ணனாட்டம்
38. கும்மி
39. குறத்திக்களி
40. குறவன் குறத்தி ஆட்டம்
41. கூத்து
42. கைச்சிலம்பாட்டம்
43. கையுறைப் பாவைக்கூத்து
44. கொக்கலிக்கட்டை ஆட்டம்
45 கொலைச்சிந்து
46. கொறத்திக்களி ஆட்டம்
47. கோத்தர் மக்களின் ஆட்டங்கள்
48. கோடாங்கிப் பாட்டு
49. கோணங்கி ஆட்டம்
50. கோலாட்டம்
51. சக்கையாட்டம்
52. சந்தை காமிக்
53. சாட்டையடி ஆட்டம்
54. சாமியாட்ட காமிக்
55. சாமியாட்டம்
56. சிம்ம நடனம்
57. சிண்டு நடனம்

58. சிலம்பாட்டம்
59. செலாக்குத்து ஆட்டம்
60. சில்லாக்காட்டம்
(அ) சில்லு விளையாட்டு
61. சேர்வையாட்டம்
62. சேவற்கட்டு
63. சேவையாட்டம்
64. டப்பாங்குத்து
65. தப்பாட்டம் (பறையாட்டம்)
66. தாதராட்டம்
67. தும்பிப்பாட்டு
68. தெக்கத்தி வெள்ளையம்மா
69. தெருக்கூத்து
70. தேவராட்டம்
71. தோடர் மக்களின் ஆட்டங்கள்
72. தோல்பாவைக்கூத்து
73. நையாண்டி மேளம்
74. பக்கிரிஷாப் பாட்டு
75. பகல்வேடம்
76. பரதவர் கழியல்
77. பஜனைப்பாட்டு
78. பாகவத மேளா
79. பாம்பு நடனம்
80. பானை இசை
81. பின்னல் கோலாட்டம்
82. பிருந்தாவனக்கும்மி
83. புலியாட்டம் (புலி வேடம்)
84. பெரிய மேளம்
85. பேயாட்டம்
86. பேயாட்டக் காமிக்
87. பொம்மலாட்டம்
88. பொய்க்கால் குதிரை ஆட்டம்
89. பொன்னர் சங்கர் விழாக்கூத்து
90. போட்டி வேதக் கதைப்பாடல்
91. மயானக்கொள்ளை
92. மயிலாட்டம்
93. மரக்காலாட்டம்
94. மற்போர்
95. மாரடிப்பாட்டு
96. மாவெலிக் கூத்து
97. மோடியாட்டம்
98. ராஜாராணி ஆட்டம்
99. வண்ணான் வண்ணாத்தி கூத்து
100. வழியாட்டம்
101. வாசாப்பு நாடகம்
102 வித்தைகள்
103. வில்லுப்பாட்டு
104. வீரபத்ரசாமி ஆட்டம்
105. வைந்தானை ஆட்டம்
106. வெறியாட்டம்
107. வெறியாட்டு
108. வேதாள ஆட்டம்
109. சிறப்பின் நாடகம்
110. ஜிம்பளா மேளம்

ooo

www.ingramcontent.com/pod-product-compliance
Lightning Source LLC
LaVergne TN
LVHW060624051026
849519LV00002B/746
* 9 7 8 9 3 9 4 8 1 1 0 3 4 *